D1680711

முனைவர் அ.சுகந்தி அன்னத்தாய்

ஊத்துமலை ஜமீன்

காவ்யா

ஊத்துமலை ஜமீன்

©முனைவர் அ.சுகந்தி அன்னத்தாய்

முதல் பதிப்பு : 2018

வெளியீடு : காவ்யா

16, இரண்டாம் குறுக்குத் தெரு, டிரஸ்ட்புரம்,
கோடம்பாக்கம், சென்னை -600024
போன்: 044-23726882 / 9840480232

அச்சாக்கம் : ரியல் இம்பேக்ட் சொலூசன்ஸ், சென்னை - 14.

பக்கங்கள் : XVI+171= 187

விலை : ரூ.190/-

Oothumalai Jameen

© **Dr. A. Suganthi Annathai**

First Edition : 2018

Published by **KAAVYA**

16, 2nd Cross Street, Trustpuram,
Kodambakkam, Chennai - 600 024.

Phone: 044 - 23726882 / 9840480232

e-mail : kaavyabooks@gmail.com

Website : www.kaavyaa.com

Printed at : Real Impact Solutions, Chennai -14.

Pages: XVI+171 = 187

Price : ₹190

ISBN: 978 - 93 - 86576 - 67 - 5

Dr.M.GNANATHAI.M.A.
M.Phil., Ph.D
PRINCIPAL

PACHAIYAPPA'S COLLEGE FOR WOMEN,
KANCHEEPURAM-631501
Tele No.044-27222768, 044-27222767
Res: No.044-27222131
E-Mail: kanchi_pcw67@ yahoo.com

Date: *24/12/2018*

சிறப்புரை

தமிழனின் இருகண்களாகப் போற்றும் வீரமும் காதலும் செறிந்த மண் நம் தமிழ் மண். இதற்கு உரித்த இலக்கணங்களை உடைய நாடு தென்தமிழ் நாடு. அத்தென் தமிழகத்தில் திருநெல்வேலிச் சீமையில் ,

"சிற்றில் நல் தூண் பற்றி,'நின் மகன்
யாண்டு உளனோ?' என வினவுதி; என் மகன்
யாண்டு உளன்ஆயினும் அறியேன்; ஓரும்
புலி சேர்ந்து போகிய கல் அளை போல,
ஈன்ற வயிறோ இதுவே;
தோன்றுவன் மாதோ, போர்க்களத்தானே! *(புறம்64)*

என்ற புறப்பாட்டுக் காட்டும் வீரத்திற்கு இலக்கணமாய்த் திகழ்ந்த மறவர் ஜமீன்களில் ஊத்துமலை ஜமீனும் ஒன்றாகும்.

"ஊற்றுமலைநாட்டை
சிறப்பாய் அரசாள வந்தகண்ணோ"

என்று தொட்டிலில் கிடக்கும் போதே வீரம் நிறைந்த ஊத்துமலையை ஆளப்பிறந்தவன் என்று மறகுலத்தாய்த் தன் குழந்தையைத் தாலாட்டுகிறாள்.

> "மஞ்சளிஞ்சி விளையுநாடு மலைகதலி பழுக்கும் நாடு
> இலுமிச்சை பழுக்கும் நாடு இருவாச்சி பூக்கும் நாடு
> மானிருந்து விளையாடும் மயிலிருந்து சிறகை விரித்தாடும்
> தேனிருந்து கனிசொரியும் சிறந்தவடநாடு சீமையிலே
> ஊத்துமலை நாடதிலே உகந்துமங்கே ஆண்டிருந்தார்"

என்ற வன்னிராசன் கதைபாடல் ஊத்துமலையின் இயற்கை வளத்தை சிறப்புற எடுத்தியம்புகிறது. வீரமும், இயற்கை வளமும் நிறைந்த ஊத்துமலை மண்ணின் சிறப்புகளையும், ஜமீனின் ஆட்சி சிறப்புகளையும், மறவர் இன மக்களின் வாழ்வியல் முறைகளையும் மண்மணம் மாறாமல் இவ்வூருக்கு மருமகளாக வந்துள்ள முனைவர் அ.சுகந்தி அன்னத்தாய் 'ஊத்துமலை ஜமீன்' எனும் நூலில் தந்துள்ளார். அன்னத்தாயால் உருவாக்கப்பட்ட சிறப்புமிக்க இந்நூல் வரலாற்று ஆர்வலர்கள் மட்டுமல்லாது, மறவரினத்தவர் அனைவரும் போற்றிப் பாதுகாக்க வேண்டிய பொக்கிஷமாகும்.

வரலாறுகள் மறைக்கப்பட்டும் மறுக்கப்பட்டும் வருகிற இக்காலகட்டத்தில் வரலாற்று உண்மைகளை எடுத்துரைக்க எழுந்த நூல் இந்நூல். களஆய்வின் மூலம் திரட்டப்பட்ட செய்திகள் அவர் உழைப்பை உறுதிப்படுத்தும். புகைப்படத்தோடு கூடிய விளக்கங்களும், அவர் கூற விளையும் செய்திகளைப் பகுத்தும் வகுத்தும் தொகுத்தும் தந்திருப்பது பாராட்டுக்குரியது. உட்தலைப்புகளின் கீழ் உன்னதமான செய்திகளையும் உண்மைக்கருத்துகளையும் உயர்வான தமிழில் செறிவாகப் படைத்துள்ளார் என்பதில் எள்ளளவும் ஐயமில்லை. ஊத்துமலையின் உள்ளாட்சி அமைப்பையும், மண்ணின் மகத்துவத்தையும், சமயப் பொறையுடன் வாழும் மக்கள் இனத்தையும் ஆசிரியர் மண்மணம் மாறாமல் எடுத்துரைத்துள்ளார். ஆங்கில ஆதிக்கத்தை முதன் முதலில் எதிர்த்த பூலித்தேவனுக்குத் துணை நின்ற ஊத்துமலை பாளையத்தின் வீரத்தைச் சுட்டியிருப்பது சிறந்த வரலாற்றுப் பதிவாகும். மறத்திலும் அறத்தைக் கடைபிடித்து வாழ்ந்த ஊத்துமலை ஜமீன்தார்கள் சைவம் வைணவம் என்ற வேறுபாடின்றி இறைப்பணி ஆற்றியதோடு கிறித்துவ சமயப்

பணிக்கும் பெரும் பங்கு நல்கியவர்கள் என்று அறிகிறபோது, அவர்களின் பரந்த மனப்பான்மையும், சமயப் பொறையும் புலனாகிறது.

> "தூங்காமை கல்வி துணிவுடைமை இம்மூன்றும்
> நீங்கா நிலனாள் பவர்க்கு

என்ற ஐயன் திருவள்ளுவனின் வாக்கிற்கு ஏற்ப, முத்தமிழின் சுவையறிந்து, நூல் பல இயற்ற உதவிக் கரம் நீட்டிய ஜமீன்களின் சிறப்பைச் சீராகவும் சிறப்பாகவும் எடுத்தியம்பியுள்ள பான்மை பாராட்டுக்குரியது.

பண்பாட்டுக் கூறுகளைச் சிதைக்காமல் பாதுகாக்க வேண்டியதின் அவசியத்தையும் கட்டாயத்தையும் மக்களின் வாழ்வியலோடு இணைத்து எடுத்துரைத்துள்ள பாங்கு வாழ்த்துதலுக்கும் போற்றுதலுக்கும் உரியது.

'வரலாற்றைப் படித்தால் மட்டும் போதாது வரலாறு படைக்க வேண்டும்.'

என்ற கூற்றிற்கு உகந்த பாவையாக 'அன்னத்தாய்' இந்நூலை உருவாக்கியுள்ளார் என்பதில் மிக்க மகிழ்வடைகிறேன். மண்ணுக்குள் மக்கிப் போகாமல் மறைந்து கிடக்கும் இது போன்ற வரலாறுகளைப் பனுவலாக்கிப் பறைசாற்றிட வாழ்த்துகிறேன்.

தமிழ்ப்பணியில்
மு.ஞானத்தாய்

ஊத்துமலை ஜமீன்

அருள்மிகு ஸ்ரீ நவநீதகிருஷ்ணசுவாமி திருக்கோவில்

வீரகேரளம்புதூர் நகர்,வட்டம், திருநெல்வேலி மாவட்டம்-627 861

எஸ்.எம்.மருதப்பபாண்டியன்(எ)பாபுராஜா

பரம்பரை அறங்காவலர்

ஏற்புரை

வரலாற்றுச் சிறப்பு மிக்க நெல்லை ஜில்லாவில் புகழ் மிக்க ஜமீன்களுள் ஒன்று ஊற்றுமலை ஜமீன். பாண்டிய நாடு சங்கம் வைத்து தமிழ் வளர்த்தது போல, ஊற்றுமலை ஜமீனும் சங்கம் வைத்து தமிழைப் போற்றி வளர்த்தது. காவடி சிந்து பாடிய அண்ணாமலையார் உட்பட பல புலவர்களை ஆதரித்த வள்ளல்களாக ஊற்றுமலை ஜமீன்தார்கள் வாழ்ந்துள்ளனர். அத்தகைய சிறப்புகளைத் தன்னகத்தே கொண்ட ஊத்துமலை ஜமீனின் தமிழ்த் தொண்டை மையப்படுத்தி ஊற்றுமலை வழக்கறிஞர் திரு. த. மருதுபாண்டியன் "ஊற்றுமலை ஜமீன் தமிழ் வளர்த்த பூமி" என்ற நூலை எழுதி வெளியிட்டார். அவரைத் தொடர்ந்து மரியாதைக்குரிய முனைவர் அ.சுகந்தி அன்னத்தாய் ஊற்றுமலை ஜமீன் என்ற இந்நாலை எழுதியுள்ளார். இந்நூலில் ஊத்துமலை ஊரின் தொன்மை, சிறப்புகள், ஜமீனின் வரலாறு, ஆட்சி, சிறப்பு, ஜமீனின் தமிழ் மற்றும் ஆன்மிகப் பணி, நிலைத்து நிற்கும் புகழ், மக்களின் வாழ்வு என அரிய பல தகவல்களை முயன்று திரட்டி நூலாக்கம் செய்துள்ளார். இந்நூல் வரலாற்று நூல் மட்டுமல்ல... வாழ்வியல் நூலும் கூட. இந்நூலாசிரியர் அ.சுகந்தி அன்னத்தாய் ஊற்றுமலைக்கு மருமகளாக வந்துள்ளவர் என்பதில் மட்டற்ற மகிழ்ச்சி. அன்னாரின் தமிழ்ப் பணி சிறக்க மனப்பூர்வமான வாழ்த்துக்கள்.

மறைந்த வரலாற்றை, மறைக்கப்படும் வரலாற்று உண்மைகளை வெளிக்கொணர்ந்து, பதிப்பித்து உலகிற்கு உரைக்கும் சீரிய பணியைச்

சிறப்புடன் செய்யும் 'காவ்யா பதிப்பகம்' இந்நூலையும் வெளியிட்டுள்ளது. இப்பதிபகத்தின் பணி மென்மேலும் தொடர வாழ்த்துக்கள்.

பரம்பரை அறங்காவலர்
ஊத்துமலை ஜமீன்தார்
ஸ்ரீ நவநீதகிருஷ்ணசுவாமி திருக்கோவில்
வீரகேரளம்புதூர்.

SHRIMATHI DEVKUNVAR NANALAL BHATT
VAISHNAV COLLEGE FOR WOMEN
(AUTONOMOUS)
(Affilated to the University of Madras and
Accredited with 'A+' Grade by NAAC)
Chromepet, Chennai - 6000 004

வாழ்த்துரை

“பெற்ற தாயும் பிறந்த பொன்னாடும்
நற்றவ வானினும் நனி சிறந்தனவே”

என்ற பாரதியின் வாக்கிற்கிணங்க. தம் ஆட்சி சிறப்பாலும், வள்ளன்மையாலும் மங்காப் புகழைப் பெற்றுள்ள ஊத்துமலை ஜமீனின் சிறப்புகளையும் அம்மண்ணின் பெருமையையும் உலகிற்குப் பறைசாற்றும் விதத்தில், எமது கல்லூரித் தமிழ்த்துறையில் உதவிப் பேராசிரியராகப் பணியாற்றும் முனைவர் அ.சுகந்தி அன்னத்தாய் 'ஊத்துமலை ஜமீன்' எனும் இந்நூலைப் படைத்துள்ளார்.

பாளையக்காரர்களாக ஊத்துமலையில் ஆட்சியைத் தொடங்கி ஜமீன்தார்களாக ஆட்சியைத் தொடர்ந்த ஜமீன்களின் வரலாற்றையும், அவர்கள் தமிழுக்கு ஆற்றிய தொண்டினையும் மிக நேர்த்தியாய் எளிய நடையில், ஆதாரங்களோடு எடுத்தியம்பியுள்ளார் 'தமிழ்த் தாத்தா உ.வே.சா.வின் புகழுரைக்குப் பாத்திரமாக 'ஊத்துமலை ஜமீன்' விளங்கியுள்ளமையை அறிந்து பெருமிதம் கொள்கிறேன் வரலாற்று ஆர்வலர்கள் மட்டுமல்லாது இளந்தலைமுறையினரும் ஊத்துமலையின் சிறப்புகளையும் ஜமீன் ஆற்றிய தொண்டுகளையும் அறிய இந்நூல் பேருதவியாக அமையும் என்பதால் முனைவர் அ.சுகந்தி அன்னத்தாயின் முயற்சியைப் பாராட்டி அவரின் தமிழ்ப்பணித் தொடர வாழ்த்துகிறேன்.

இர.கீதா

முதல்வர்

SHRIMATHI DEVKUNVAR NANALAL BHATT
VAISHNAV COLLEGE FOR WOMEN
(AUTONOMOUS)
(Affilated to the University of Madras and
Accredited with 'A+' Grade by NAAC)
Chromepet, Chennai - 6000 004

முனைவர் சி. விக்டோரியா பிரிசில்லா
எம்.சி.ஏ., எம்.ஃ.பில்., பிஎச்.டி.,
துணை முதல்வர் (சுய உதவிப் பிரிவு)

பாராட்டுரை

"தள்ளா விளையுளும் தக்காரும் தாழ்விலாச்
செல்வரும் சேர்வது நாடு"

என்ற வள்ளுவரின் வாய்மொழிக்கேற்ப இயற்கை வளமும் இறையருளும் ஒருங்கே வாய்க்கப்பெற்ற 'ஊத்துமலை' மண்ணின் மணத்தையும், தாம் பெற்ற செல்வத்தைத் தாய்மொழியாம் தமிழை வளர்ப்பதாகவும், தமமைப் படைத்து பாதுகாத்து வழி நடத்தும் இறைவனின் திருப்பணிக்காகவும் பகிர்ந்தளித்துப் புகழடைந்த ஜமீனின் பெருமையினையும் ஒருங்கிணைத்து 'ஊத்துமலை ஜமீன்' என்ற புதிய படைப்பை எமது கல்லூரித் தமிழ்த்துறையில் உதவிப் பேராசிரியராகப் பணியாற்றும் முனைவர் அ.சுகந்தி அன்னத்தாய் எளிய தமிழ் நடையில் தந்துள்ளார்.

ஊத்துமலையின் பெருமைகளையும், இவ்வூரின் மங்காப் புகழையும் கண்முன் காண்பது போன்ற உள்ளுணர்வைப் படிப்போர் பெறும் வகையில் நிழற் படங்களோடும், நிஜங்களை உரைக்கும் வரலாற்று ஆதாரங்களோடும் நுணுக்கமான செய்திகளுடன் இந்நூலைப் படைத்துள்ளார். எந்த ஒரு வயதினரையும் விருப்பத்தோடுப் படிக்கத்

x

தூண்டும் வகையில் இந்நூலை அமைத்துள்ள இந்நூலாசிரியரின் பணி பாராட்டுக்குரியது. முனைவர் அ.சுகந்தியின் இவ்வாய்வுப் பணித் தொடரவும் பல நூலாக்கங்கள் வெளிவரவும் இறைவனை வேண்டி அன்னாரை வாழ்த்துகிறேன்.

அன்புடன்

சி.விக்டோரியா பிரசில்லா

என்னுரை...

புகழ்மிக்க திருநெல்வேலி மண்ணில் வரலாற்றுச் சிறப்பைத் தன்னகத்தே கொண்டுள்ள ஊர் ஊத்துமலை ஆகும். ஒரு காலத்தில் சங்கரன்கோவில் - திருநெல்வேலி நெடுஞ்சாலையில் அமைந்துள்ள சண்முகநல்லூரில் இருந்து ஊத்துமலைக்கு வரும் பாதை, சுரண்டையில் இருந்து ஊத்துமலைக்கு வரும் பாதை எங்கும் பசுமையான நெல்வயல்களும், சாலையோர மரங்களும், நீர் நிறைந்த கண்மாய்களும், மலையில் வளர்ந்து நின்ற வானுயர்ந்த மரங்களும், நிழல் தரும் சோலைகளும் காண்போர் கண்களுக்கு விருந்தாக அமைந்திருந்தன. ஆனால் இன்று ஊத்து'மலை'யில் மரங்கள் வெட்டப்பட்டு, மொட்டை மலையாய், விளைநிலங்கள் எல்லாம் தரிசு நிலமாயும், வீட்டு மனைகளாயும் மாற்றம் பெற்று வறட்சியின் தாக்கத்தால் மிரட்சியுடன் காணப்படுகிறது. இயற்கை அன்னை வழங்கிய எழிலை இழந்ததோடு, வரலாற்றுப் பெருமையையும் இழந்து நிற்கிறது. தலைமுறைகள் பல கடந்த ஊத்துமலையின் எழிலும் சிறப்பும், வறண்ட பூமியில் இன்று வாழும் தலைமுறையினரே அறிந்திராத ஒன்றாகும். இன்றைய தலைமுறையினர் மட்டுமல்லாது இனிவரும் சந்ததியினரும் இவ்வூரின் சிறப்பினையும், இங்கு ஆளுகை செய்த ஜமீன்கள் ஆற்றிய தமிழ் மற்றும் ஆன்மிகத் தொண்டுகளையும் அறிந்து கொள்ளும் முகமாக இந்நூலாக்க முயற்சி மேற்கொள்ளப்பட்டுள்ளது.

இந்நூலாக்கத்திற்கு அடித்தளம் அமைத்துக் கொடுத்து, நூலாக்கத்திற்குத் தேவையான நூல்கள் மற்றும் பல நல்லாலோசனைகளை வழங்கிய மதிப்பிற்குரிய மாமா **திரு. மு. தவசிப்பாண்டியன்** அவர்களுக்கும் இந்நூலைப் பதிப்பித்து வெளியிட முன்வந்து, சீரிய முறையில் வெளியிட்டுள்ள **காவ்யா** பதிப்பகத்தின் நிறுவனர் **பேரா. சு.சண்முகசுந்தரம்** அவர்களுக்கும் எம் முதற்கண் நன்றிதனைத் தெரிவித்துக் கொள்கிறேன்.

ஊத்துமலை ஜமீன் நூலாக்கம் குறித்து தெரிவித்தபோது, மிகுந்த மகிழ்ச்சியோடு நூலாக்க முயற்சிகளைக் கேட்டறிந்து, 'ஏற்புரை' வழங்கியுள்ள ஊத்துமலை ஜமீன் வாரிசான கருவூலஜோதி எஸ்.எம்.பாண்டியனின் மூத்த மகன் **எஸ்.எம்.பாபுராஜா** அவர்களுக்கும் எஸ்.எம்.பாண்டியனின் சகோதரர் என்.பி.வி.பாண்டியன் (எ) **குட்டிராஜா** அவர்களுக்கும் மனப்பூர்வமான நன்றியினைத் தெரிவித்துக் கொள்கிறேன்.

காஞ்சிபுரம் பச்சையப்பன் மகளிர் கல்லூரியில் நான் பணியாற்றிய நான்கு ஆண்டு காலத்தில் தமிழ்த்துறைத் தலைவராய் இருந்து, நல்லதோர் வழிகாட்டியாய் என்னை வழிநடத்தி, இந்நூலிற்குச் 'சிறப்புரை' வழங்கிச் சிறப்பித்துள்ள, அக்கல்லூரியின் இந்நாள் முதல்வர் முனைவர் **மு.ஞானத்தாய்** அம்மா அவர்களுக்கு என் மனமார்ந்த நன்றிதனைத் தெரிவித்துக்கொள்கிறேன்.

கல்லூரியில் பணியாற்றும் பேராசிரியர்கள் தங்கள் திறன்களை வளர்த்துக் கொள்ளும் முகமாக, கிடைக்கும் வாய்ப்புகளைப் பயன்படுத்திக்கொள்ள அனுமதியும் ஊக்கமும் அளிக்கும் **எஸ்.டி.என்.பி மகளிர் வைணவக் கல்லூரி (குரோம்பேட்டை, சென்னை)** நிர்வாகத்தினருக்கும், 'வாழ்த்துரை' வழங்கி உற்சாகமூட்டிய எம் கல்லூரி முதல்வர் முனைவர் (திருமதி) **இர.கீதா** அம்மா அவர்களுக்கும் என் இதயப்பூர்வமான நன்றியினைத் தெரிவித்துக்கொள்கிறேன். தமிழ் மீதும், தமிழ் இலக்கியங்கள் மீதும் அதிக ஈடுபாடு கொண்டு, இந்நூலாக்கப் பணிகளின்போது, மிகுந்த உற்சாகமூட்டி 'பாராட்டுரை' வழங்கியுள்ள எம் கல்லூரியின் துணை முதல்வர் முனைவர் (திருமதி) **சி.விக்டோரியா பிரிசில்லா** அவர்களுக்கு என் மனப்பூர்வமான நன்றிகள். 'ஊத்துமலை' என்ற பெயரால் கவரப்பட்டு, நூல் முழுமையடைய துணை நின்ற எம்முடன் பணியாற்றும் தமிழ்த் துறைத் தோழியர்களுக்கு என் மனமார்ந்த நன்றிகள்.

என் வளர்ச்சியில் உறுதுணையாக இருந்த என் பெற்றோர் சி.அதிகாரிசாமி – அ.சுசிலா, சகோதரர்கள் அ.சாம் எபனேசர், அ.சாம் ஜோயல் ஆகியோரை என்றும் நன்றியோடு நினைக்கிறேன். கல்வியில் சிறந்தோங்க அடித்தளம் அமைத்துக் கொடுத்த என் ஆசிரியப் பெருமக்களுக்கு என்றும் நன்றி கூற நான் கடமைப்பட்டிருக்கிறேன். நூலாக்கத்திற்கான வழிமுறைகளை எடுத்துக்கூறி, ஆர்வமூட்டிய அன்பு அண்ணன் முனைவர் வ.ஹரிஹரன் மற்றும் மதினி முனைவர் உமா ஹரிஹரன் அவர்களுக்கும் என் நன்றிதனை உரித்தாக்குகிறேன்.

சொந்த ஊரின் பெருமையை ஏட்டில் பதிவு செய்ய ஆர்வத்துடன் தகவல்கள் திரட்டித் தந்து, ஊக்கம் அளித்த என் அன்புத்துணைவர் யூ.எஸ்.பிரபாகரன், அண்ணன் தி.முருகேசன், பெரியம்மா வே.பாலம்மாள், அக்கா பா.சாந்தி ஆகியோருக்கு மனமார்ந்த நன்றிகள். நல்ல குடும்பச் சூழலை உருவாக்கித் தந்து ஒத்துழைப்பு நல்கிய என் மாமனார் வே.உலகநாதன், மாமியார் சு.சாந்தா உலகநாதன் அவர்களுக்கும்

என் உளம்கனிந்த நன்றிகள். நூலாக்க முயற்சியின்போது தொல்லைகள் தராமல், ஊர் பற்றிய சுவையான செய்திகளை விருப்பத்துடன் கேட்டறிந்த அன்புச் செல்வன் எஸ்.பி.ஜோசியா, செல்லக்குட்டி எஸ்.பி.ஜோனாவிற்கும் என் இதயம் கனிந்த நன்றிகள்.

கள ஆய்வின்போது தகவல்கள் திரட்ட பேருதவி நல்கிய அன்பிற்குரிய மாமா வே.லிங்கத்துரை, சகோதரர் ஆ.ரமேஷ், தோழி சு.எப்சிபா மற்றும் தம்பி அ.மூசா ஆகியோரின் ஒத்துழைப்பை மறக்க இயலாது.

ஜமீன் கால வரலாற்றைக் கேட்க வித்வான் தங்கப்பாண்டி ஐயாவை நாடிச்சென்றபோது தள்ளாத வயதிலும், நின்ற இடத்தில் நின்ற வண்ணம் எவ்விதத் தளர்வுமின்றி பழைய நினைவுகளைப் பகிர்ந்து கொண்டமை என்னை வியப்பில் ஆழ்த்தியது.. அன்னாரை இந்நேரத்தில் நன்றியோடு நினைக்கிறேன்.

மேல இலந்தைக்குளம் திரு இருதய உயர்நிலைப்பள்ளியில் நான் கல்வி பயின்ற காலத்தில், 'வியானி பாதர்' என்று நாங்கள் அன்புடன் அழைக்கும் அருட்தந்தை வியானிராஜ் அடிகளார், ஊத்துமலையின் பங்கு தந்தையாகப் பணியாற்றி இருந்தமையால், ஊத்துமலை கத்தோலிக்கத் திருச்சபையின் வரலாற்றைக் கேட்டு அணுகியபோது, என்றும் மாறா அன்புடன் ஆலய வரலாற்றைத் தந்துதவியதுடன் இறைஆசியும் நல்கிய அடிகளாருக்கு நன்றிதனை உரித்தாக்குகிறேன்.

அரிய பல தகவல்களையும் ஊர் வரலாற்றையும் சுவைபட எடுத்துரைத்த ஊத்துமலை இராமகிருஷ்ணன் அவர்களுக்கு இந்நேரத்தில் நன்றி தெரிவித்துக் கொள்கிறேன். ஊத்துமலை மாத இதழில் வெளியிட்ட பல தகவல்களை அவ்வப்போது எமக்கு அனுப்பி, இந்நூலாக்கத்திற்குப் பயன்படுத்திக்கொள்ள பரந்த மனப்பான்மையுடன் அனுமதி வழங்கிய அவ்விதழ் ஆசிரியர் சகோதரர் உ.வா.கணேசனின் உதவி நன்றிக்குரியது.

பள்ளிகளின் வரலாறுகளை உரிய ஆவணங்களுடன் தந்துதவிய பள்ளிகளின் தலைமையாசிரியர்களுக்கு நன்றிகளை உரித்தாக்குகிறேன். ஊராட்சி மன்ற வளர்ச்சிப் பணிகள் குறித்த தகவல்களைத் தந்துதவிய ஊராட்சி மன்ற எழுத்தர் திரு.சு.கணேசன் அவர்களுக்கும் நன்றி.

XIV

எல்லாவற்றிற்கும் மேலாக நூலாக்கத்திற்கு வேண்டிய தகுந்த ஞானத்தையும் உடல் நலத்தையும் அருளிச் செய்த தேவாதி தேவனுக்குக் கோடான கோடி நன்றிகளைச் சமர்ப்பிக்கிறேன்.

20.12.2018 என்றும் அன்புடன்,
முடிச்சூர், சென்னை - 48 அ.சுகந்தி அன்னத்தாய்

பதிப்புரை

"தென்னாட்டு மக்கள் பொன்னாட்டு மக்கள்
போரென்றால் புலிக்குணம்
பொங்கும் இன்பக் காதல் என்றால் பூமணம்"

இது வீரபாண்டிய கட்டபொம்மனது வசனம். தென்னாட்டுப் பாளையங்களில் மறவர் பாளையங்கள் இருபத்து நான்குகள் இருந்தன. அவற்றில் ஒன்றுதான் ஊத்துமலை. ஊற்று அடைபட்டதும் ஊத்துமலை ஆகிவிட்டது போல பாளையங்கள் ஜமீன்களாகவும் ஜமீன்கள் பண்ணைகளாகவும் மாறிவிட்டன. வரலாறு முக்கியமானது; முதன்மையானது. ஊத்துமலை வீரம் விவேகம், தமிழ்ப்பற்று ஆகியவற்றில் தனித்து விளங்கியது.

முனைவர் அ. சுகந்தி அன்னத்தாய்க்கு ஊத்துமலை மாமனார் ஊர் - புகுந்த பூமி. "பூமியும் நல்லபூமி புண்ணியரும் நல்லவர்தான்" என்ற நாட்டுப்புறப்பாடலைப் போன்றே - இவர் பூமியை அதன் நல்ல வரலாற்றை - வாழ்வியலைச் சிறப்பாக எழுதியுள்ளார். அன்னத்தாய் அறிவுத்தாயாவது நல்ல அடையாளம். வளர்க வரலாறு.

வாழ்த்துக்களோடு

காவ்யா சண்முகசுந்தரம்

நூலின் உள்ளே ...

1. ஊரும் அமைப்பும் — 01
2. மண்ணும் மணமும் — 19
3. தொன்மையும் வரலாறும் — 44
4. ஆட்சியும் சிறப்பும் — 68
5. தொண்டும் புகழும் — 107
6. மக்களும் வாழ்வும் — 141

1. ஊரும் அமைப்பும்

'நீரின்றி அமையாது உலகு' என்பதால் ஊர்கள் நீர்வளம் மிக்க பகுதிகளை ஒட்டியே அமைந்தன. பண்டைய நாகரிகங்கள் எல்லாம் ஆற்றங்கரைகளில் தோன்றியுள்ளன என்பது வரலாற்று உண்மை. உணவிற்கும், உடல் தூய்மைக்கும், வேளாண்மைக்கும், ஆடு, மாடு முதலிய வீட்டு விலங்குகளுக்கும் நீர் தேவைப்படுகிறது. எனவே இயற்கையாக நீர்வளம் உள்ளதா என்று பார்த்து மக்கள் குடியேறியிருக்கின்றனர் அல்லது நீர் வசதியை ஏற்படுத்த குளம், கிணறு போன்ற நீரிடங்களை வெட்டிக் குடியேறியிருக்கின்றனர்.

"காடுகொன்று நாடாக்கிக்
குளந்தொட்டு வளம்பெருக்கிப்
பிறங்குநிலை மாடத் துறைந்தை போக்கிக்
கோயிலொடு குடிநிறீஇ"

என்று பட்டினப்பாலை (283- 286) குறிப்பிடுகிறது.

நீரிடங்களைச் சுட்டிய வடிவங்கள் தழுவு பெயராக ஊரையும் காலப்போக்கில் சுட்டத் தொடங்கின. அடைப்பு, அணை, ஊருணி (ஊரணி), ஊற்று (ஊத்து), ஏந்தல், ஏரி, ஓடை, கரை, கால், கிணறு, குண்டம், குளம், கேணி, சமுத்திரம், சிறை, சுனை, டேம், தாங்கல், துறை, நதி, ரேவு, படுகை, மடை, வாவி என்ற நீரிடப் பெயர்களும், நீரிடச் சார்புப் பெயர்களும் ஊர்ப்பெயர்களின் பொதுக்கூற்று வடிவங்களாக அமைந்துள்ளன.

நிலங்களை வேறுபடுத்தி முதற்பொருளாகிய நிலமும் காலமும் வகைப்படுத்தப்பட்டன. குறிஞ்சி, முல்லை, மருதம், நெய்தல், பாலை என்ற பெயர்கள் வழங்கப்பட்டன என்பதைச் சங்க நூல்கள் சுட்டுகின்றன. இவ்வழக்கத்தையொட்டி ஊர்ப்பெயர்களும் நிலத்தோற்றங்களுக்கேற்ப இன்றளவும் வேறுபடுத்தி அழைக்கப்படுகின்றன. மலை, காடு, வெட்டவெளி, மேடு, பள்ளம், வழி போன்றவை இதற்குச் சான்று பகர்கின்றன. கடவு, கட்டை, கல், களம், காடு, கிரி, குண்டு, குழி, குன்றம், சிலம்பு, தேரி, பரப்பு, பள்ளம், பாலை, பாறை, மலை, மேடு, வெளி, வழி என்பன ஊர்ப்பெயர்களோடு இணைத்து ஊர்களை வேறுபடுத்துகின்றன. அந்த வகையில் மலை என்னும் சிறப்புப் பெயரைத் தன்னோடு இணைத்துக்கொண்டு **ஊத்துமலை** என அழைக்கப்பட்டது.

ஊத்துமலை ஜமீனின் முன்னோர்கள் முதன் முதலில் பாளையம் அமைத்த இடம் ஊத்துமலை ஊரில் உள்ள 'டானா'வாகும். இப்பகுதி, தற்போதுள்ள ஊத்துமலை என்ற ஊரின் கிழக்கே 4 கி.மீ தொலைவில் அமைந்துள்ள மலையின் அடிவாரப் பகுதியாகும். தொலைவில் இருந்து பார்ப்பதற்கு ஒரே மலைத்தொடர்போலக் காட்சி அளிக்கும் இம்மலை இரண்டு தனித்தனி மலைகளை உள்ளடக்கியதாகும். வடபகுதியில் அமைந்துள்ள மலை தென்கிழக்கு மற்றும் வடமேற்குத் திசையை நோக்கி உள்ளது. அம்மலையின் மேலே நீர் 'ஊற்று' ஒன்று பொங்கி சிறு ஓடையாக மேற்குத் திசை நோக்கி முன்காலத்தில் வந்ததாகக் கூறப்படுகிறது. 'ஊற்று' உள்ள மலை என்பதால் 'ஊற்றுமலை' என்றழைக்கப்பட்ட இவ்விடம், நாளடைவில் ஊத்துமலை என மருவி வழங்கலாயிற்று. தென் பகுதியில் அமைந்துள்ள மலை தெற்கு வடக்குத் திசையை நோக்கி உள்ளது. இரண்டு மலைகளுக்கும் இடையே ஒரு பள்ளத்தாக்கு உள்ளது. 600 ஆண்டுகளுக்கு முன்னர், தமிழ்ச் சித்தர்களால் எழுதப்பட்ட அக்காலத்திய ஓலைச்சுவடி வடிவிலான இலக்கியங்களில் மூலிகை நிறைந்த 'கசிவுகிரி' என இம்மலைக்குப் புகழாரம் சூட்டப்பட்டுள்ளது. கசிவு என்றால் ஊற்று, கிரி என்றால் மலை எனப் பொருள்படும். அவ்வகையில் ஊற்றுமலை என வழங்கப்பட்டு ஊத்துமலை ஆயிற்று என்பர்.

அமைவிடம்

தமிழ்நாட்டின் தென்கோடியில் அமைந்துள்ள திருநெல்வேலி மாவட்டம், வீரகேரளம்புதூர் வட்டம், ஆலங்குளம் ஊராட்சி ஒன்றியத்தில்

ஊத்துமலை அமைந்துள்ளது. மாவட்டத் தலைநகரான திருநெல்வேலியில் இருந்து வட மேற்கு 30 கி.மீ தூரத்தில் இவ்வூர் அமைந்துள்ளது. சங்கரன்கோவிலுக்குத் தென்மேற்கு 23 கி.மீ தூரத்திலும் சுரண்டைக்கு வடகிழக்கே 16 கி.மீ தூரத்திலும் ஊத்துமலை அமைந்துள்ளது.

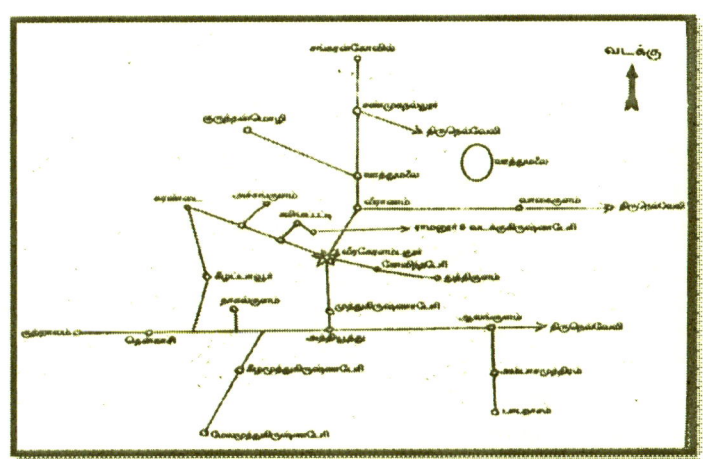

இயற்கைச் சூழல்

திருநெல்வேலி மாவட்டத்தின் பொதுவான தட்ப வெப்ப நிலையே ஊத்துமலையில் நிலவுகிறது. ஆயினும் ஊரின் மேற்குப் பகுதியில் பொதிகை மலை அமைந்திருப்பதால் மற்ற இடங்களை விட சீதோசன நிலை அவ்வப்போது மாறுபடுகிறது.

பனி காலம்

'தைப் பனி தரையைத் துளைக்கும்

மாசிப்பனி மச்சத் துளைக்கும்'

என்பது பழமொழி. இப்பகுதியில் டிசம்பர், ஜனவரி, பிப்ரவரி மாதங்கள் பனி காலமாக அமைந்துள்ளது.

தட்ப வெப்ப நிலை

பிப்ரவரி மாத நடுவில் பனியின் தாக்கம் குறைந்து, வெயில் அதிகரிக்க ஆரம்பிக்கிறது. மே மாதம் வரை நீடிக்கிறது. 'சித்திரைக் கத்திரி வெயிலில் கழுதகூட பொதிசுமக்காது' என்பது இப்பகுதியில் வழங்கும் பழமொழி. ஜுன், ஜுலை மாதங்களில் சீரான வெப்பநிலை நிலவுகிறது.

காற்று

ஆனி, ஆடி மாதங்களில் காற்று மிகுதியாக வீசுகிறது. 'ஆடிக் காத்து அம்மியையும் நகர்த்தும்' என்ற பழமொழி இவ்வூர் பகுதியில் வழங்கப்படுகிறது. மேற்குத் தொடர்ச்சி மலையில் அமைந்துள்ள ஆரியங்காவு வழியாக வரும் காற்று, அதற்கு நேர் கிழக்கில் அமைந்துள்ள இப்பகுதிகளில் விரிந்து அதிகமாக வீசுகிறது என்பர். இக்காற்றின் வேகம் மண்ணை வாரி இறைப்பதால் 'மண்வாரி காற்று' என்றழைக்கப்படுகிறது. இதனைத் தொடர்ந்து குற்றாலத்தில் சாரல்மழை பெய்யும் காலம் என்பதால் குளிர்ந்த காற்று அவ்வப்போது வீசுகிறது. (இக்காற்றின் வேகம் அப்பகுதியில் காற்றாலை மூலம் மின்சார உற்பத்திக்கு வழிகோலியது.)

மழைப் பொழிவு

ஐப்பசியில் அடைமழை என்பார்கள். செப்டம்பர், அக்டோபர் மாதங்களில் மழை பொழிகிறது. வடகிழக்குப் பருவக் காற்றாலும், தென்மேற்குப் பருவக் காற்றாலும் இப்பகுதியில் மழை பொழிவு இருக்கிறது..

நீர்நிலைகள்

பெரிய குளம், சின்னதேவன் குளம் என்ற இரண்டு கண்மாய்கள் இவ்வூர் வயல்களுக்கு வேண்டிய நீர் ஆதாரமாகத் திகழ்கின்றன. இவை தவிர கிணற்று நீர் பாசனம் பெறும் வயல்களும் உள்ளன.

பெரிய குளம்

ஊரின் வடக்குப்பகுதியில் அமைந்துள்ள 'பெரிய குளம்' என்றழைக்கப்படும் இவ்வூர் கண்மாய், திருநெல்வேலி மாவட்டத்தில் இருக்கும் மிகப்பெரிய கண்மாய்களுள் ஒன்றாகும். ஏறக்குறைய 3 கி.மீ தூரம் நீளமும், ஒன்றரைப் பர்லாங்கு அகலமும் இருக்கலாம்.

மழைக்காலங்களில் பெருகிவரும் நீர்வரத்து மட்டுமல்லாமல் சுற்றுவட்டார ஊர்களில் உள்ள குளங்கள் நிறைந்து வெளியேறும் உபரி நீரும் இக்குளத்தை வந்தடைகிறது. சொக்கம்பட்டியில் ஓடும் கருப்பாநதியில் வெள்ளம் பாயும்போதும், அங்கிருந்து வெளியேறும் கசிவுநீர் கால்வாய் வழியாக இக்கண்மாயை வந்தடையும். 20 ஆண்டுகளுக்கு முன்பு வரை, இக்கண்மாய் நிறைந்து, கண்மாயின் கிழக்குப் பகுதி, மேற்குப் பகுதிகளில் அமைந்துள்ள மடை வழியாக, அப்பகுதிகளில் உள்ள 1000 ஏக்கர் நிலங்களுக்கு நீர்ப்பாச வசதியைத் தரக்கூடியதாகத் திகழ்ந்தது. தற்போது பருவ மழை பொய்த்து விட்டதால் நீரின்றி வறண்டு காணப்படுகிறது. மழைக் காலங்களில் வரும் நீர்வரத்துக் குறைவாக இருப்பதால் விவசாயிகள் நெற்பயிரிட போதிய நீர் ஆதாரம் இன்றி தவிக்கின்றனர்.

நீர் இன்றி வறண்டு காணப்படும் பெரியகுளம்

சின்னதேவன் குளம்

ஊரின் தெற்குப் பகுதியில் அமைந்துள்ள இக்கண்மாய் 'சின்னதேவன் குளம்' என்றழைக்கப்படுகிறது. கிட்டத்தட்ட 5000 ஏக்கர் நிலப்பகுதிக்கு நீர் ஆதாரமாக இது அமைந்துள்ளது.

மக்கள் தொகை

2011 ம் ஆண்டு மக்கள் தொகைக் கணக்கின்படி 9221 பேர் இக்கிராமத்தில் வசிக்கின்றனர். ஆண்கள் 4746 பேரும் பெண்கள் 4475 பேரும் உள்ளனர். பொதுப்பிரிவில் 83 சதவிகிதத்தினரும், ஆதிதிராவிடர் பிரிவில் 17 சதவிகிதத்தினரும் அடங்குவர். 6 வயதுக்கு உட்பட சிறுவர் 10 சதவிகிதத்தினர் இருக்கின்றனர். இதில் சிறுவர் 49 சதவிகிதத்தினரும் சிறுமியர் 51 சதவிகிதத்தினரும் உள்ளனர். இவ்வூரில் ஒரு குடும்பத்திற்கு 4 பேர் விகிதம் 2168 குடும்பங்கள் வசிக்கின்றன.

உள்ளாட்சி அமைப்பின் கீழ் ஊத்துமலை

1952 ஜமீன் ஒழிப்பிற்குப் பின் ஊத்துமலை உள்ளாட்சி அமைப்பின் கீழ் வந்தது. பஞ்சாயத்து என்பதில் 'பஞ்ச்' என்பது ஐந்தையும் 'யாத்' என்பது மன்றம், பேரவை (அ) கூட்டம் என்பதைக் குறிக்கும் கிராம வழக்குச் சொல். கிராமங்களில் வாழும் மக்களிடையே ஏற்படும் சிக்கல்கள் மற்றும் சர்ச்சைகளை இக்குழுக்கள் மூலம் தீர்வு காண்பது வழிவழியாகப் பின்பற்றி வந்த செயலாகும். கிராம ஆட்சி முறை இந்தியாவின் முதன் முறையாக மௌரியர்கள் காலத்தில் அறிமுகப்படுத்தப்பட்டது. தமிழ்நாட்டில் சோழர்காலத்தில் இது மிக சிறப்பாகச் செயல்பட்டது என்பதற்கான வரலாற்றுச் சான்றுகள் பல உள்ளன. சோழர்களின் ஆட்சி முறையில் கிராம நிர்வாகமே சிறந்த நிர்வாகமாகக் கருதப்பட்டது. இதற்குப்பின்னால் இசுலாமியர்களின் தாக்கத்தால் கிராம ஆட்சி முறை நலிவடைந்தது. அதன்பின் நாயக்கர்கள் ஆட்சி காலத்தில் தமிழகத்தில் கிராம ஆட்சி முறைக்குச் சிறு முக்கியத்துவம் கொடுக்கப்பட்டது. அதன் பின் 19 ம் நூற்றாண்டின் மத்திய காலங்களில் ஆங்கிலேயர் காலத்தில் உள்ளாட்சி அமைப்புகளை ஊக்கப்படுத்துவதற்காக 1930 க்குப் பின்னால் தொடர்ச்சியாகப் பல சட்டங்கள் இயற்றப்பட்டன.

சுதந்திரத்திற்குப் பின்னால் காந்தியடிகள் கிராம ராஜ்யத்தை 'ராம ராஜ்யம்' என்ற பெயரில் நடைமுறைப்படுத்தக் கனவு கண்டார். 'பஞ்சாயத்து ராஜ்' என்ற சொல் மகாத்மா காந்தியால் பிரித்தானிய ஆளுகையின் போது அறிமுகப்படுத்தப்பட்டது. அவருடைய கிராமங்களை நேசிக்கும் பார்வையில், கிராம சுவராஜ் கோட்பாட்டின்படி இச்சொல் அறிமுகப்படுத்தப்பட்டது. (கிராம சுயாட்சி (அ) சுய ஆளுமை). தமிழில் இது ஊராட்சி என்ற சொல்லால் வழங்கப்படுகின்றது காந்தியின்

கனவை நனவாக்கும் முகமாகப் பாரத பிரதமர் திரு.ராஜீவ் காந்தியால் இச்சட்டங்கள் கொண்டு வரப்பட்டு, திரு.பீ.வி.நரசிம்மராவ் பிரதமராக இருந்தபோது கிராம ராஜ்யம் நடைமுறைபடுத்தப்பட்டது. இதனை அடிப்படையாகக் கொண்டுதான் ஊத்துமலையிலும் பஞ்சாயத்து முறை அமைக்கப்பட்டுள்ளது. இது பொதுபிரிவாக உள்ளது.

கிராம சபை

இந்திய அரசியலமைப்பு 72வது திருத்த சட்டத்தின்படி கிராம ஊராட்சிகளில் கிராமசபை அமைக்கப்பட்டு நடைமுறையிலுள்ளது. 1994ம் வருட தமிழ்நாடு ஊராட்சிகள் சட்டப்பிரிவு 3ன் படி கிராம ஊராட்சி வாக்காளர் பட்டியலிலுள்ள மொத்த வாக்களர்களையும் உள்ளடக்கிய அமைப்பு கிராம சபையாகச் செயல்படுகிறது. **கிராம சபையினை ஊராட்சிமன்றத் தலைவர் கூட்டி, தலைமையேற்று நடத்தி வருகிறார். ஊராட்சி மன்றத் தலைவர்** இல்லாத சூழ்நிலையில் துணைத்தலைவரும், இவ்விருவரும் இல்லாத சூழ்நிலையில் மற்ற உறுப்பினர்களால் தேர்வு செய்யப்பட்ட உறுப்பினர்களின் மூத்த உறுப்பினர் தலைமை ஏற்று கிராம சபை கூட்டத்தை நடத்த வேண்டும் என்பது அரசு விதி. அரசாணையின்படி கிராம சபை கூட்டம் ஓராண்டில் குறைந்த பட்சம் நான்கு முறை நடத்தப்பட வேண்டும். இந்திய வரலாற்றில் குறிப்பிடத்தக்க மற்றும் மிக முக்கியத்துவம் வாய்ந்த தினங்களான குடியரசு தினம், தொழிலாளர் தினம், சுதந்திர தினம், தேவர் ஜெயந்தி மற்றும் நமது தேசத்தந்தை காந்தியடிகளின் பிறந்த நாள் ஆகிய ஐந்து நாட்களில் தவறாது கிராம சபை கூட்டப்படுகிறது. இரு கிராமசபைக் கூட்டங்களுக்கிடையே ஆறு மாதத்திற்குமேல் கால இடைவெளி கூடாது. இத்தகையக் கூட்டங்கள் இவ்வூரில் தவறாமல் நடந்தப்படுகின்றன.

கிராம சபையானது கிராம மக்களின் முக்கிய கருத்தை வெளியிட வாய்ப்பளிக்கும் அரங்கமாகச் செயல்பட்டு வருகிறது. கிராம சபை மூலம் கிராம மக்கள் அனைவரும் நேரடியாக கிராம நிர்வாகத்தை நடத்த வாய்ப்புக் கிடைக்கிறது. ஊராட்சி மன்றத்தின் செயல்பாடுகள், வரவு செலவுகள் மற்றம் அரசின் பல்வேறு நலத்திட்டங்கள், செயல்பாடுகளைக் கண்காணிக்கும் ஒரு அமைப்பாக இக்கிராம சபை செயல்படுகிறது. இச்சபைக் கூட்டத்தின் மூலம் திட்டச் செயல்பாடுகளில் ஏற்படும் குறைகளை விவாதித்து, அக்குறைபாடுகளைக் களைந்து

அத்திட்டத்தின் முழுப்பயனும் மக்களுக்குக் கிடைக்க வழிவகை செய்கிறது.

ஊராட்சியின் வளர்ச்சிப் பணிகள்

1986ல் பஞ்சாயத்து ராஜ் சட்டம் இயற்றப்பட்ட காலத்தில், ராஜீவ் காந்தி நாடாளுமன்றத்தில், "யானை அளவிற்கு நிதி ஒதுக்கி திட்டம் தீட்டினால், அது கிராமத்திற்குப் போகும் போது, யானை வாலில் உள்ள முடி அளவிற்குக் கூட கிராமத்திற்குச் செல்வதில்லை" என்று பேசியது நினைவுகூரத்தக்கது. அப்படிப் பேசப்பட்ட காலத்தில், ஒதுக்கப்பட்ட நிதி அனைத்தையும் சரியான முறையில் சம்மந்தப்பட்ட மக்களைச் சென்றடையும் வகையில் இவ்வூர் ஊராட்சி மன்றம் செயல்பட்டுள்ளது. ஊராட்சிமன்றத் தலைவர் மற்றும் உறுப்பினர்கள் தங்கள் பணியைச் செவ்வனே செய்துள்ளனர். அவர்களுள் ஊராட்சிமன்றத் தலைவர்களாகப் பணியாற்றிய காலம் சென்ற திரு.சு.வேலுச்சாமித்தேவர், திரு.ந.நிறைகுளத்தான் ஆகியோரின் பணிகள் குறிப்பிடத்தக்கன.

திரு.சு.வேலுச்சாமித் தேவர்   திரு.ந. நிறைகுளத்தான்

திரு.சு.வேலுச்சாமித் தேவர்

ஊத்துமலை உள்ளாட்சி அமைப்பின் கீழ் வந்தபோது, முதன் முதலாக ஊராட்சிமன்றத் தலைவராகத் தேர்ந்தெடுக்கப்பட்டவர் திரு.சு.வேலுச்சாமித் தேவர் ஆவார். கவிராயர் குடும்பம் என்று சிறப்பித்து அழைக்கப்பெறும், திரு.பழனிவேல் தேவர் வம்சத்தில் வந்த இவர், சிறந்த ஆங்கிலப் புலமையாளர். ஆசிரியர் பணி மூலம் கல்விப் பணியாற்றி வந்த இவர், 'நாலும் தெரிந்த நல்லவரே' தங்களின் பிரதிநிதியாக இருக்க வேண்டும் என்ற ஒட்டு மொத்த மக்களின் எண்ணத்தால், ஆசிரியர் பணியைத் துறந்து ஊராட்சிமன்றத் தலைவரானார். தொடர்ந்து இருமுறை போட்டியின்றி ஏகமனதாகத் தேர்ந்தெடுக்கப்பட்ட இவர், தம் பதவி காலத்தில் (10 ஆண்டுகள்) சீரிய முறையில் சமுதாயப்பணி ஆற்றினார் என்பது குறிப்பிடத்தக்கது. வளர்ச்சிப் பணிக்கு அரசு ஒதுக்கிய நிதியை உரிய முறையில் பயன்படுத்தி சாலை வசதி, மேல்நிலை நீர் தேக்கத் தொட்டி அமைத்து, பொதுக் குழாய் மூலம் தண்ணீர் வசதி ஆகியவற்றை ஏற்படுத்தி ஊரின் வளர்ச்சிப் பணிகளைச் சிறப்பாகச் செய்துள்ளார். இவர் தம்மிடம் வரும் வழக்குகளை விசாரித்து, சரியான தீர்ப்புகளை வழங்கி நீதியை நிலைநாட்டியுள்ளார்.

திரு.ந.நிறைகுளத்தான்

சட்டத்துறையில் பட்டம் பெற்ற இவர், ஊரின் வளர்ச்சிக்கு அரும்பாடுபட்டவர் என்றால் அது மிகையாகாது. அதிகமான சொத்துகளுக்குச் சொந்தக்காரரான இவர் பள்ளி, ஆலயம், ஊராட்சிக் கட்டடங்கள் எனப் பலவற்றிற்குத் தம் சொந்த இடங்களைத் தானமாகக் கொடுத்துள்ளார். பெயருக்கு ஏற்றார்போல் எங்கெங்கு காணினும் நீக்கமற நிறைந்திருக்கிறார்.

இவர்கள் தவிர வேலுசாமி கோனார், கருப்பாயி நிறைகுளத்தான், தாய்குலம் கருப்பசாமி, வள்ளித்தாய் கருப்பசாமி ஆகியோரும் ஊராட்சிமன்றத் தலைவர்களாக இருந்த காலகட்டங்களில் ஊரின் வளாச்சிப்பணியில் சிறந்த பங்களிப்பைத் தந்துள்ளனர்.

தெருக்களின் அமைப்பு

தெருக்கள் நேர் கோட்டில் அமைந்த நெடுந்தெருக்களாய் அமைந்துள்ளன. ஒரு திசையில் இருந்து பார்த்தால் எதிர் திசையின் இறுதியில் அமைந்துள்ள தெரு தெரியும் வகையில் நேர்த்தியாய்

நிர்ணயிக்கப்பட்டுள்ளது. மேற்குப் பகுதியில் அமைந்துள்ள கத்தோலிக்க ஆலயத்தில் இருந்து பார்த்தால், கிழக்கே அமைந்துள்ள கழுதை விரட்டி ஓடை தெரிகிறது. வடக்கே அமைந்துள்ள காவல் நிலையத்தில் இருந்து பார்த்தால், தெற்கே அமைந்துள்ள சங்கரன்கோவில் சாலை தெரிகிறது. தெருக்களின் உள்ளே கனரக வாகனங்கள் நுழைய முடியாத அளவிற்குக் குறுகிய தெருக்களாகவே அமைந்து உள்ளன. தற்போது பெரும்பாலானத் தெருக்களில் ஊராட்சி வளர்ச்சிப் பணிகளின் பயனாய் சிமெண்ட் சாலைகள் அமைக்கப்பட்டுள்ளன.

தெருப் பெயர்கள்

"கிராமத்தில் தெருக்களின் பெயர்கள் பெரும்பாலும் அங்கு வாழும் மக்களின் இனம் அல்லது தொழிலின் அடிப்படையிலே அமையும்" என்பார் நாவல் திறனாய்வாளர் கோ.வெ.கீதா. இவ்வூரின் தெருப்பெயர்கள் வழிபாட்டிடங்கள், சாதி, ஊர் அலுவலகங்கள், பொதுவான பெயர்கள் என்ற நிலையில் வழங்கப்படுகின்றன.

வழிபாட்டிடங்களின் பெயர்கள்

காளியம்மன் கோவில் தெரு
முப்பிடாதியம்மன் கோவில் தெரு
உத்தமி கோவில் தெரு
உச்சிமாகாளி அம்மன்கோவில் தெரு
மேற்கு பிள்ளையார் கோவில் தெரு
சி.எஸ்.ஐ தெரு

பள்ளிவாசல் தெரு

பொதுப் பெயர்கள்

பாவேந்தர் நகர்
பாரதிநகர் தெரு
காலனி தெரு
ஓடைத்தெரு
மச்சுவீட்டுத்தெரு
காரைக்கடைத்தெரு
நெட்டி பொட்டல் தெரு

ஜமீன் அடையாளப் பெயர்

ஜமீன் வாழ்ந்த வரலாற்றைப் பறைசாற்றுவனவாகச் சில தெருக்களின் பெயர்கள் விளங்குகின்றன.

நெடுங்கல் தெரு
அரண்மனைத்தெரு
மடத்துத்தெரு
மண்டபத் தெரு

ஜாதி பெயர்

ஊரில் வாழும் மக்களின் ஜாதி பெயர்களால் அவர்கள் வாழும் தெருக்கள் அடையாளப்படுத்தப்படுகின்றன.

நாடார் தெரு
வண்ணார் தெரு.
ஆசாரி தெரு
மறவர் காலனி தெரு
செட்டியார் தெரு
புன்னவனம் குட்டம் தெரு
திருநெல்வேலி ரோடு தெரு
சங்கரன்கோவில் ரோடு தெரு
கிருஷ்ணா நகர்
பவுண்டு தொழுத் தெரு
எக்ஸ்.வி.எம். தெரு
போலீஸ் ஸ்டேஷன் தெரு
பழைய ஊராட்சி தெரு

வீடுகளின் அமைப்பு

கூரை வேயப்பட்ட வீடுகள், ஓட்டு வீடுகள், மர உத்திரங்கள், மரத்தூண்கள் தாங்கிய மட்டுப்பா வீடுகள், கான்கிரட் வீடுகள், மேல் மாடி உள்ள வீடுகள் என அவரவர் வாழ்க்கை வசதிக்கு ஏற்ப வீடுகள் கட்டப்பட்டுள்ளன. பழமைகாலத்து வீடுகளின் முன்பு திண்ணைகள் அமைக்கப்பட்டுள்ளன. பெரும்பாலான வீடுகளின் பின்புறத்திலோ, பக்கவாட்டிலோ மாட்டுத்தொழுவம் அமைக்கப்பட்டுள்ளன. பல வீடுகளில் சுற்றுசுவர் வீட்டைச் சுற்றி அமைக்கப்படாமல் முன்பகுதியில் மட்டும் சுவர் எழுப்பப்பட்டுள்ளன. வீடுகள் அடுத்தடுத்து தொடர்ச்சியாக அமைந்துள்ளன. தற்காலத்தில் கட்டப்பட்டுள்ள வீடுகள் சகல வசதிகளுடன் புதிய அமைப்பில் கட்டப்பட்டுள்ளன.

அடிப்படை வசதிகள்

ஐந்து அங்கன்வாடி மையங்கள், காவல் நிலையம், தபால் நிலையம், தொலைதொடர்பு நிலையம், மின்சார அலுவலகம், தொடக்கக் கூட்டுறவு வங்கி, இரு நியாய விலை கடைகள், உணவு தானிய சேமிப்புக் கிடங்கு, ஆரம்ப சுகாதார மையம், கிராமபுற கால்நடை மருத்துவமனை, பால் உற்பத்தியாளர் கூட்டுறவுச் சங்கம். வேளாண்மை விரிவாக்க மையம், மத்திய வங்கி, பாண்டியன் கிராம வங்கி, மகளிர் சுய உதவிக்குழு கட்டிடம், பொது நூலகம், ஊராட்சி மன்ற நூலகம், பால் பண்ணை, மின் பகிர்வு மையம், சார்பதிவாளர் அலுவலகம், அரிசி ஆலைகள் (ரைஸ் மில்), ஆங்கில, சித்தா, ஆயுர் வேதா மருந்தகங்கள், நகைக் கடைகள், ஜவளிக்கடைகள், சமுதாயக்கூடம், திருமண மண்டபம், திரையரங்கம் என மக்களின் அடிப்படைத் தேவைகளை நிறைவு செய்யும் அனைத்து வசதிகளும் இவ்வூரில் அமைந்துள்ளன.

காவல்நிலையம்

1924 ஆம் ஆண்டு இவ்வூரில் முதன்மை காவல்நிலையம் ஏற்படுத்தப்பட்டது. ஊத்துமலையின் சுற்றுவட்டாரப் பகுதிகளில் உள்ள வழக்குகள் இங்கு விசாரிக்கப்படுகின்றன. ஜமீன் காலத்தில் குதிரைலாயமாக இருந்த இடத்தில் 2014ல் காவல் நிலையத்திற்குப் புதியக் கட்டிடம் கட்டப்பட்டு, அதுமுதல் அங்கு செயல்பட்டு வருகிறது.

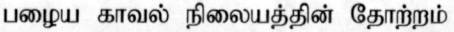

பழைய காவல் நிலையத்தின் தோற்றம்

புதிய காவல் நிலையத்தின் தோற்றம்

ஊராட்சியின் பொதுச் சொத்துகள்

அடிப்படை வசதிகள்	எண்ணிக்கை
குடிநீர் இணைப்புகள்	113
சிறு மின்விசைக் குழாய்கள்	9
மேல் நிலை நீர்த்தேக்கத் தொட்டிகள்	5
உள்ளாட்சிக் கட்டடங்கள்	49
உள்ளாட்சிப் பள்ளிக் கட்டடங்கள்	2
ஊரணிகள் அல்லது குளங்கள்	9
ஊராட்சி ஒன்றியச் சாலைகள்	40
ஊராட்சிச் சாலைகள்	21
பேருந்து நிறுத்தங்கள்	2
பயணியர் நிழற்குடை	2
சுடுகாடுகள் அல்லது இடுகாடுகள்	7

காற்றாலைகள்

இவ்வூர் பகுதிகளில் காற்று மிகுதியாக வீசுவதால் பல தனியார் காற்றாலை நிறுவனங்கள், காற்றாலைகளை நிறுவி, மின்சாரத்தை உற்பத்தி செய்து வருகின்றன. இங்கு உற்பத்தி செய்யப்படும் மின்சாரம், அரசு – தனியார் நிறுவனங்களின் ஒப்பந்த அடிப்படையில் ஊத்துமலை மின்பகிர்வு மையத்தில் சேகரிக்கப்பட்டுப் பகிர்வு செய்யப்படுகிறது.

ஊத்துமலையில் அமைக்கப்பட்டுள்ள காற்றாலைகளுள் ஒரு பகுதி

கல்வி மேம்பாடு

உயர்நிலைப் பள்ளி வசதி இல்லாத காலங்களில் பாளையங்கோட்டை தூய யோவான் உயர்நிலைப்பள்ளி, புனித சேவியர் உயர்நிலைப்பள்ளி, சுரண்டை, தென்காசிப் பகுதிகளில் உள்ள உயர்நிலைப்பள்ளிகள் போன்றவற்றில் இவ்வூர் மாணவர்கள் கல்வி பயின்று உள்ளனர். தற்போது இவ்வூரில் ஐந்து பள்ளிகள் உள்ளன. அவற்றுள் இரு துவக்கப் பள்ளிகள், நடுநிலைப்பள்ளி ஒன்று, உயர்நிலைப் பள்ளி ஒன்று, மேல்நிலைப்பள்ளி ஒன்று ஆகியன அடங்கும்.

ஊராட்சி ஒன்றியத் தொடக்கப்பள்ளி

ஊரின் வடக்கே அமைந்துள்ள பேருந்து நிறுத்தம் அருகில் இப்பள்ளி செயல்பட்டு வருகிறது. 1969 ல் புதியப் பள்ளிக் கட்டடம் கட்டப்பட்டது. இதற்கான நிலத்தை எஸ்.சண்முகம் சேர்வை நன்கொடையாக வழங்கியுள்ளார். இப்பள்ளியில் 35 மாணவர்கள் பயில்கின்றனர். இரு ஆசிரியர்கள் பணியாற்றி வருகின்றனர்.

டி.டீ.டி.ஏ. தொடக்கப்பள்ளி

1941 ஆம் ஆண்டு முதல் இப்பள்ளி ஐந்தாம் வகுப்பு வரை அரசு அங்கீகாரம் பெற்ற பள்ளியாக நடைபெற்று வருகிறது. முதன் முதலில் சி.எஸ்.ஐ ஆலயத்திற்கு அருகாமையில் செயல்பட்டு வந்தது. பள்ளியின் இட வசதியின்மை, ஆலய விரிவாக்கம் முதலிய காரணங்களால் பள்ளியை வேறு இடத்திற்கு மாற்ற வேண்டிய சூழல் ஏற்பட்டது. பள்ளி கட்டுவதற்கான இடத்தேவையை உணர்ந்து, திரு.மா.தேவசகாயம் (ஓய்வு ஆசிரியர்) அவர்கள் நன்கொடையாகத் தம் நிலத்தை வழங்க, புதியப் பள்ளிக் கட்டிடம் கட்டப்பட்டு 1998 டிசம்பர் முதல் செயல்பட்டு வருகிறது. இதில் எட்டு ஆசிரியர்கள் பணியாற்றி வருகின்றனர். ஏறக்குறைய ஆண்டுதோறும் 250 மாணவர்கள் வரை கல்வி பயின்று வருகின்றனர்.

ஏ.வி.நாயகம் நடுநிலைப்பள்ளி

திரு.வே.தாசையா, திருமதி.தா.புஷ்பம் இப்பள்ளியின் நிறுவனர் ஆவர். 1937ல் அவர்களின் சொந்த வீட்டில் தொடக்கப்பள்ளியாக இப்பள்ளி ஆரம்பிக்கப்பட்டது. 1939ல் அரசு அங்கீகாரம் பெற்றது. 1986ல் நடுநிலைப்பள்ளியாக அரசு அங்கீகாரத்துடன் தரம் உயர்த்தப்பட்டது. இப்பள்ளியில் 1வார்ட், 2வது வார்ட் பகுதியில் உள்ள மாணவ, மாணவிகள் கல்வி பெறுகின்றனர். நடப்புக் கல்வி ஆண்டில் கல்வி பயிலும் மாணவர் எண்ணிக்கை 188 ஆகும். இப்பள்ளியின் இடவசதி 3600 சதுர அடி, விளையாடும் இடத்தின் இடவசதி 15000 சதுரஅடி, தோட்டத்தின் இடவசதி 1500 சதுரஅடி ஆகும். 9 ஆசிரியர்கள் கொண்டு செயல்படும் இப்பள்ளியில் செஞ்சிலுவை சங்கம், சாரணர் இயக்கம் ஆகிய செயல்பாடுகளில் மாணவர்கள் ஈடுபடுகின்றனர். பெற்றோர் ஆசிரியர் கூட்டம், பழைய மாணவர் கூட்டம் ஆகியன நடைபெறுவதோடு இலக்கிய மன்ற விழா,

ஆண்டு விழா, விளையாட்டு விழாக்களும் ஆண்டுதோறும் நடைபெறுகின்றன.

ஆர்.சி.நடுநிலைப்பள்ளி :

(ஜமீன் அரண்மனை இருந்த வளாகம்)

1892ல் சேசு சபையைச் சார்ந்த அருட்தந்தை ஜோசப் இஞ்ஞாசி அடிகளால் ஓலைக்கூரையில் ஆரம்பிக்கப்பட்ட இப்பள்ளி 1946ல் ஆரம்பப் பள்ளியாக அரசு அங்கீகாரத்தோடு செயல்படத்தொடங்கியது. ஆலய வளாகத்தில் செயல்பட்டு வந்த இப்பள்ளிக்கு என்று தனி இடம் பெறுவதற்கான முயற்சி அருட்திரு. துரைராஜ் காலத்தில் தொடங்கியது. அரண்மனைத் தெருவில் ஜமீன் அரண்மனை இருந்த இடம் இப்பள்ளிக்கு வழங்கப்பட்டது. இப்பள்ளியின் இடவசதி 10200 சதுரஅடி. விளையாடுமிடத்தின் இடவசதி 56193 சதுரஅடி. தோட்டத்தின் இடவசதி 32100 சதுரஅடி ஆகும். இவ்விடத்தில் பள்ளிக் கட்டிடம் கட்டப்பட்டு 1953 ஆம் ஆண்டு ஜனவரி மாதம் வகுப்புகள் மாற்றப்பட்டன. இப்பள்ளி 1949 ல் நடுநிலைப்பள்ளியாகத் தரம் உயர்த்தப்பட்டு, 1954ல் அரசு அங்கீகாரம் பெற்றது. 2000ல் உயர்நிலைப் பள்ளியாகத் தரம் உயர்த்தப்பட்டது. 2005ல் மீண்டும் நடுநிலைப்பள்ளியாக

மாற்றம்பெற்றது. அரசு பாடத்திட்டத்தோடு கிறிஸ்தவ மாணவர்க்கு மறைக்கல்வி மற்றும் பிற மதத்தினருக்கு நன்னெறிப் பாடங்கள் நடத்தப்பட்டு மாணவர் ஒழுக்கத்தைப் பேணுவதில் அக்கறை காட்டி வருகின்றனர். தற்போது 15 ஆசிரியர்களைக் கொண்டு செயல்படும் இப்பள்ளியில் 551 மாணவர்கள் கல்வி பயின்று வருகின்றனர். இப்பள்ளியில் பல தலைமையாசிரியர்கள் பணியாற்றி வந்திருந்தாலும், 1975 ல் ‘சிஸ்டர்ஸ் கான்வென்ட்’ உருவானதற்குப் பின் அருட்சகோதரிகளே தலைமையாசிரியர் பொறுப்பினை ஏற்று, பள்ளியின் கல்வி வளர்ச்சியில் உறுதுணையாக இருந்து வருகின்றனர் என்பது குறிப்பிடத்தக்கது.

அரசு மேல்நிலைப் பள்ளி

14.07.62 அன்று அரசு உயர்நிலைப் பள்ளியாக ஆரம்பிக்கப்பட்ட இப்பள்ளி 1997 ஆம் ஆண்டு அரசு மேல்நிலைப் பள்ளியாகத் தரம் உயர்த்தப்பட்டது. முதலில் ஊருக்குள் செயல்பட்டு வந்த இப்பள்ளி, 72 ஆம் ஆண்டு ஊரின் கிழக்குப் பகுதியில் 2 கி.மீ தொலைவில் கட்டடம் கட்டப்பட்டு செயல்பட்டு வருகிறது. 10 ஏக்கர் நிலப்பரப்புடைய இப்பள்ளியில் 16 வகுப்பறைகள், ஆய்வகம், நூலகம், விளையாட்டுத்திடல் என அனைத்து வசதிகளுடன் 416 மாணவர்கள் கல்வி பயின்று வருகின்றனர். இப்பள்ளியில் 20 ஆசிரியர்கள் பணியாற்றி வருகின்றனர். இவ்வூர் மாணவர்கள் மட்டுமல்லாது, சுற்று வட்டார ஊர்களில் உள்ள மாணவர்களும் கல்வி பயில்கின்றனர்.

இவ்வூர்க்கு உட்பட்ட ஐந்து பள்ளிகளில் சேர்ந்து இவ்வூர் மாணவ மாணவிகள் கல்வி பயில்கின்றனர். இப்பள்ளிகளில் கற்ற மாணவர்கள் அரசு பணிகளிலும், பலர் உயர்ந்த நிலையிலும் இருக்கின்றனர் என்பது குறிப்பிடத்தக்கது. மேலும் பள்ளிகளில் கல்வித்தரத்தை உயர்த்திட மாணவர்களையும் பெற்றோரையும் ஈர்க்கக்கூடிய பல நடவடிக்கைகள் எடுக்கப்படுகின்றன. குறிப்பாகப் பாடத்திட்டம் சாராத பொது அறிவுக்கல்வி, இலக்கியக் கூட்டம் முதலிய நடத்தப்பெறுகின்றன. ஆனாலும் நூற்றுக்கு மேற்பட்ட மாணவ, மாணவியர் ஆங்கில வழிக் கல்வியை விரும்பியும், தனியார் பள்ளியில் கற்க விரும்பியும் அருகிலுள்ள பெரிய நகரமான சங்கரன்கோவில் மற்றும் சுரண்டைக்குச் சென்று கல்வி பயில்கின்றனர்.

கலை மற்றும் அறிவியல் கல்வி வசதியினை மேலநீலிதநல்லூரில் அமைந்துள்ள பசும்பொன் முத்துராமலிங்கத் தேவர் கல்லூரி, உறையுள் வசதி கொண்ட பாளையங்கோட்டை சவேரியார் (St.Xavier) மற்றும்

சாராள்தக்கர் (STC), குற்றாலம் பராசக்தி ஆகிய கல்லூரிகளிலும் பெற்று வருகின்றனர். தமிழகத்தின் பல இடங்களில் உள்ள பொறியியல், மருத்துவக் கல்லூரிகளிலும், பிற உயர்தரக் கல்வியிலும் இவ்வூர் மாணவர்கள் கல்வி பயின்று வருகின்றனர்.

போக்குவரத்து வசதி

சாலை போக்குவரத்து வசதியை இவ்வூர் பெற்று உள்ளது. 1947ல் ஊத்துமலை கத்தோலிக்கப் பங்குத் தந்தை அருட்திரு.துரைராஜ் அடிகளாரின் பெரும் முயற்சியால் முதன்முதலில் ஊத்துமலைக்குப் பேருந்து வழித்தடம் ஏற்படுத்தப்பட்டது. 'முருகன் டிரன்ஸ்போர்ட்' என்ற தனியார் பேருந்து ஊத்துமலை – தென்காசி வரையிலும், தென்காசி – சங்கரன்கோவில் வழித்தடத்திலும் சென்று வந்தது. 'ஏறக்குறை 30 ஆண்டுகாலம் செயல்பட்ட அப்பேருந்தின் சேவை போற்றுதல்குரியது' என்று மக்கள் பாராட்டுகின்றனர். சாலை வசதி அற்ற அக்காலத்தில் கலங்கல், மருதப்பாபுரம், அமுதாபுரம், சண்முகாபுரம் போன்ற ஊர்களின் வழியாகச் செல்லும் அப்பேருந்தில் பயணிக்கும் மக்கள், அப்பேருந்து குலுங்கி குலுங்கிச் செல்லும்போது,

'கீழக்கலங்கல் மேலக்கலங்கல்
குலுக்கிப்போட்டா ஈரல்கலங்கல்'

என்று நகைச்சுவையுடன் பாடி தாங்கள் பட்ட கஷ்டங்களை வெளிப்படுத்தியதாக, இவ்வூர் பெரியவர்கள் தங்கள் அனுபவத்தைப் பகிர்ந்துகொள்கின்றனர்.

1980ம் ஆண்டுகளில் அருட்திரு.மாசிலாமணி பணிக்காலத்தில், அவர் முயற்சியின் பயனாய் சங்கரன்கோவில் - ஊத்துமலை நகரப் பேருந்து வழித்தடம் கிடைக்கப்பெற்றது. இன்று பல அரசு பேருந்துகளும், தனியார் பேருந்துகளும், சிற்றூந்துகளும் பல வழித்தடங்களில் இருந்து இவ்வூருக்கு வந்து செல்கின்றன. சங்கரன்கோவில், ஆலங்குளம், சுரண்டை, தென்காசி, அம்பை, கோவில்பட்டி, தேவர்குளம், பனவடலிச்சத்திரம் ஆகிய ஊர்களில் இருந்து பேருந்துகள் இவ்வூர் வழியாக வந்து செல்கின்றன.

இரயில் பயணத்திற்குச் சங்கரன்கோவில், தென்காசி, திருநெல்வேலி ஆகிய இரயில் நிலையங்களையும், விமான பயணத்திற்குத் தூத்துக்குடி, திருவனந்தபுரம், மதுரை விமான நிலையத்தையும் இவ்வூர் மக்கள் பயன்படுத்துகின்றனர்.

●

2. மண்ணும் மணமும்

"ஓர் ஊரின் தொன்மை வரலாறு அங்குள்ள கோயில்களில் காணப்படும் கல்வெட்டுகள், அவ்வூர் பற்றிய செப்பேடு, ஓலைப்பட்டயங்கள், தனிப்பாடல், இலக்கியம், அங்குக் கிடைக்கும் பண்டைய நாணயம், அப்பகுதியில் புதைந்து கிடக்கும் தொல்பொருள்கள் மூலம் அறியப்பெறும்" என்பர் வரலாற்று ஆய்வாளர். அவ்வகையில் தமிழ் இலக்கியங்கள், வரலாறு, கல்வெட்டு, இதழ்கள், ஆலய வரலாறு ஆகியவற்றில் ஊத்துமலை பெறும் இடமும் இம்மண்ணின் புகழ்ப் பரப்பும் மாமனிதர்கள் குறித்த தகவல்களும் ஈண்டுத் தரப்படுகின்றன.

தமிழ் இலக்கியங்களில் ஊத்துமலை

தமிழ்ப் புலவர்களையும் அறிஞர்களையும் தன்னகத்தே கொண்டு அவர்களைப் போற்றி வளர்த்த ஊத்துமலை குறித்து, புலவர்கள் பாடிய பாமாலைகள் ஊத்துமலையின் பெருமையைப் பறைசாற்றும் வகையில் அமைந்துள்ளன.

"பொன்மலை எனஇப் புவிபுகழ் பெருமை
மன்னிய **ஊற்று மலை**மரு தப்பன்"

"தென்**னூற்று மலை** மருதப்பன் புகலப்
பொருள் விளங்கச் செய்தன் பாரில்"

என நன்னூல் உரைப்பாயிரத்தில் சங்கரநமச்சிவாயர் குறிப்பிட்டுள்ளார்.

"**ஊற்றுமலையில்** வாழும் ராஜராஜன்"
காவடிச் சிந்துவில் அண்ணாமலை ரெட்டியாரும்,

"நீடுகவி சாற்றும் புலவர் தமிழ்ச்
சங்க பீடமெனும் **ஊற்றுமலை**"

என வாசுதேவநல்லூர் கந்தசாமிப் புலவரும் பாடியுள்ளனர்.

"சாற்றும் விசயம் சிவகிரியும் தமிழோர்
பரவும் வடகரையும்
ஊற்றுமலையும் புரப்பவர்களுயர்ந்த
தமிழ் நாட்டரசன்றோ"

என்றும்,

"வாழியவே
எந்நாளும் தன் கிளைசூழி
இன்பம் எய்தி **ஊற்றுமலைத்**

தென்னாடும் வாழி செழித்து"

என்றும் பருவப்பதத்தில் கடிகைமுத்துப் புலவர் பாடியுள்ளார்.

"புகழ் மேவுதென் **ஊற்றுமலைக்கு** ராசனே"

என்று பண்டித மு.நல்லசுவாமி நாடார் பாடிய சீட்டுக்கவி சுட்டுகிறது.

"எச்சகமும் புகழ்படைத்த தென்**னூற்று**
மலை மருதப் பேந்திரன் போற்றும்"

என்கிறார் வேம்பத்தூர் பிச்சுவையரின் மாணவர் பாடியுள்ளார்.

"முத்தமிழ்ச் சங்கமுன்றுடனான்காமுறைபெற வளர்த்த
முதுகில் வைத்திடு **மூற்று மலைக்**கரசுரிமை"

என்று சங்கரநாராயணசாமி கோயில் புராணம் குறிப்பிடுகிறது.

"என் குமாரனுக்கு உபநயனம் நடைபெற்றபோது பல கனவான்கள் பலவகையான உதவிகள் செய்தனர். அவர்களுள் **ஊற்றுமலை** ஜமீன்தாராகிய ஹிருதயாலய மருதப்பத் தேவரும் ஒருவர். அவரைப் பார்த்துப் பேசிப் பழகவேண்டுமென்ற விருப்பம் எனக்கு நெடுநாளாக இருந்தது. திருநெல்வேலிப் பக்கங்களில் பிரயாணம் செய்தபோதெல்லாம் அப்படியே - **ஊற்றுமலை** போய்ப் பார்க்க எண்ணியிருந்தும் முடியவில்லை. **ஊற்றுமலைக்**குப் போவதையே முக்கிய நோக்கமாக வைத்துக் கொண்டு புறப்பட்டாலொழிய அந்தக் கருத்து நிறைவேறாதென்று தோன்றிற்று. ஆதலால் மிதிலைப்பட்டியிலிருந்து வந்த சில நாட்களுக்குப் பிற **ஊற்றுமலை**யை நோக்கிப் புறப்பட்டேன்." **என்று உ.வே.சா குறிப்பிட்டுள்ளார்.**

உ.வே.சா ஓலைச்சுவடிகளைத் தேடி **ஊத்துமலை**க்கு வந்த செய்தி அவரது **'கண்டதும் கேட்டதும்', 'என் சரிதம்'** ஆகிய நூல்களில் காணப்படுகிறது. அண்ணாமலை ரெட்டியார் காவடிச் சிந்து எழுதியது **ஊற்றுமலை** சமஸ்தான கவிஞராக இருந்த காலத்தில்தான் என்பதை **உ.வே.சா** கலைமகளில் குறிப்பிட்டுள்ளார்.

நாட்டுப்புறப் பாடல்களில் ஊத்துமலை

தோணி கட்டி தண்ணியிறைக்கும்!
துரைமார் இருக்கும் **ஊத்துமலை**
அள்ளி வைத்து மிளகாய் அரைக்கும்
அழகு ததும்பும் **ஊத்துமலை** !
தவளப் பானையிலே சோறு பொங்கி
தானமிடும் **ஊத்துமலை**!

(பாடியவர் - மீனாட்சி அம்மையார், பதிவு – ஊத்துமலை மாத இதழ்)

"பொன் னம்பலத்தான் றிரிகூடவரையிற் கீர்த்தி
நாட்டினா **னூற்றுமலை** நாட்டரசு தழைக்கநி லைநாட்டினானே"

என ஜமீன் வம்சத்தில் வந்த **பூ**சைத்தாயார் பாடிய பாடலில் ஊற்றுமலை இடம்பெற்றுள்ளது.

கதைப் பாடல்களில் ஊத்துமலை

வன்னிராசன் கதைப்பாடல் **ஊத்துமலையை** ஆண்ட ராமசாமித் தேவர் - வன்னிச்சியின் மகன் வன்னிராசன் கொலைகளம்பட்டக் கதையைச் சொல்கிறது. - வன்னிராசன் கதை லாரன்ஸ் நாயகம் (பக்.70-130)

வன்னியடி மறவன் கதைப் பாடலில் மாடப்பத்தேவன் மகன் 'வன்னியடி மறவன்' காடுகாத்த வரலாற்றைச் சொல்லுமிடத்து,

"**ஊத்துமலை** நாடுமட்டும்
உத்தமணி காஞ்சிமட்டும் காடுகாவல்"

என்று ஊத்துமலை சுட்டப்படுகிறது.

திரைப்படப் பாடலில் ஊத்துமலை :

கவிஞர் வைரமுத்து எழுதியுள்ள தாலாட்டுப் பாடலில்,

"**ஊத்துமலை** தண்ணீரே என்
உள்ளங்கை சக்கரையே"

என ஊத்துமலை சுட்டப்பெற்றுள்ளது.

வரலாற்று நூல்களில் ஊத்துமலை

தென்காசியைத் தலைநகரமாகக் கொண்டு ஆட்சி செய்த பாண்டிய மன்னன் சடையவர்மன் பராக்கிரம பாண்டியன் (1422- 1460) **ஊத்துமலைப்** பாளையக்காரர் உதவியுடன் பகைவர்களை விரட்டி அடித்துள்ளார் என்ற செய்தி இராசசேகர தங்கமணி எழுதிய பாண்டிய வரலாறு (ப.613) என்ற நூலில் குறிப்பிடப்பட்டுள்ளது.

ஊற்றுமலையும் சுரண்டையும் மாவீரன் பூலித்தேவனின் படைத்தளங்கள் ஐந்தில் இரண்டாகும் என்று 'திருநெல்வேலி சீமைச் சரித்திரம்' என்ற நூலில் குருகுதாசபிள்ளை குறிப்பிட்டுள்ளார்.

ந.ராசையா எழுதிய 'மாமன்னன் பூலித்தேவன்' என்ற வரலாற்று நூலில், பூலித்தேவனின் புரட்சி அணியில் இருந்த **ஊத்துமலை** படைவீரர்களின் போர்ப்பயிற்சித்திறன் (ப.165), பூலித்தேவனின் படைத்தளங்களுள் ஊத்துமலையும் ஒன்றானதால், **ஊத்துமலை**யில் கான்சாகிப் பலம் வாய்ந்த படையை நிறுத்தியிருந்த செய்தி (ப.166) கான்சாகிப்பை எதிர்க்க மற்ற வீரர்களுடன் **ஊத்துமலை** போர் வீரர்களையும் பூலித்தேவன் நிறுத்தி தயார் நிலையில் இருந்த செய்தி (ப.172) ஆகியன இடம்பெற்றுள்ளன.

கே.வி.குணசேகரன் எழுதியுள்ள 'மாவீரர் மருதநாயகம்' என்ற நூலில் பூலித்தேவரின் கட்டுப்பாட்டுக்குள் இருந்த திருநெல்வேலி மேற்குப்பாளையங்கள் பதினாறுள் ஒன்றாக **ஊத்துமலை**யைக் (ப.50) குறிப்பிட்டுள்ளார்.

"தமிழ் நாட்டில் வாழ்ந்த குறுநில மன்னர்களும், பாளையக்காரர்களும், தமிழையும், தமிழ்ப் புலவர்களையும், கலைகளையும், கலைஞர்களையும் பெரிதும் போற்றி ஆதரித்துக் காத்து வந்தனர். அத்தகைய புரவலர்களில் இராமநாதபுரமும், எட்டயபுரமும், சேத்தூரும், வடகரையும், சிவகிரியும் மற்றும் **ஊத்துமலை**யும் குறிப்பிடத்தக்கவை." என்கிறார் த.மருதுபாண்டியன்.

இவை தவிர எண்ணற்ற வரலாற்று ஆய்வாளர்களும், வரலாற்று ஆய்வு மாணவர்களும் தங்கள் நூல்களிலும், ஆய்வுக்கட்டுரைகளிலும் **ஊத்துமலை** பாளையம் குறித்தத் செய்திகள், ஜமீன் ஆட்சி முறை போன்ற பல தகவல்களைச் சுட்டிச்செல்கின்றனர். ஆங்கிலேயர் ஆட்சியில் பதியப்பட்ட மாவட்ட ஆவணங்கள், சிற்றேடுகள் ஆகியனவற்றிலும் **ஊத்துமலை** பற்றிய குறிப்புகள் காணப்படுகின்றன.

கல்வெட்டில் ஊத்துமலை

வீரகேரளம்புதூர் நவநீதகிருஷ்ணன் கோயிலில் முன்பு ரதவீதயில் தேர் ஒன்று உள்ளது. தேரைக் கடந்து உள்ளே நுழையும் பகுதியில் பிரமாண்ட வளைவு அமைந்துள்ளது. அதில் "1911ம் ஆண்டு டிசம்பர் மாதம் 12ம் தேதியாகிய இன்றைய தினம் டெல்லி மாநகரில் நடக்கும் மாட்சிமை தாங்கிய இந்திய சக்கரவர்த்தி 5வது ஜார்ஜ், சக்கரவர்த்தினி மேரி இவர்களுடைய மகுடாபிஷேக மகோத்சவம் குறிப்பாகத் திருநெல்வேலி ஜில்லா, **ஊத்துமலை** ஜமீன் ராஜபக்தியுள்ள பிரஜைகளால் இயற்றப்பட்டது" என்று தமிழில் கல்வெட்டுக் காணப்படுகிறது. எதிரே அமைந்தள்ள கல்வெட்டில் இதே தகவல் ஆங்கிலத்தில் பதிவிடப்பட்டுள்ளது.

வாழ்விடங்களில் ஊத்துமலை

ஊத்துமலை ஜமீன் வாரிசுகள் வாழும் இடங்களும் 'ஊத்துமலை' என்ற பெயராலேயே அழைக்கப்படுகின்றன. தென்காசி காசிமேசியாபுரத்திலும் திருநெல்வேலி வண்ணார்பேட்டையிலும் ஊத்துமலை ஜமீனின் பங்களாக்கள் உள்ளன. ஊத்துமலையில் இருந்து சங்கரன்கோவில் ஆடிதபசு விழாவைக் காணவரும் பக்தர்கள் தங்குவதற்கெனச் சங்கரன்கோவில் வடக்கு ரதவீதியில், ஊத்துமலை ஜமீன் சார்பில் மண்டபம் ஒன்று கட்டப்பட்டுள்ளது. அதே போல் திருச்செந்தூரிலும் ஒரு மண்டபம் அமைந்துள்ளது.

தென்காசி (குற்றாலம்) காசிமேசியாபுரத்தில் அமைந்துள்ள ஊத்துமலை ஜமீன் பங்களா.

ஆன்மிக வரலாற்றில் ஊத்துமலை

“நமது மாவட்டத்தில் அரசியலோடு ஆன்மிகப் பணியையும் சேர்த்து வளர்த்த ஒரு கிராமம் **ஊத்துமலை.** நாட்டு விடுதலைக்கு முன்னரே ஆன்மிக விடுதலைக்கு அறைகூவல் விடுக்கும் வகையில் 1946ல் **ஊத்துமலைப்** பங்கு நிறுவப்பட்டது.” என்று (தூய அருளப்பர் ஆலய நேர்ந்தளிப்பு விழா நினைவு மலர்) பாராட்டுகிறார் பீட்டர் அல்போன்சு.

கத்தோலிக்கத் திருச்சபை வரலாற்றில் ஊத்துமலை

“சேர்ந்தமரம் பங்கைச் சேர்ந்த **ஊத்துமலை** ….. முதலிய இடங்களில் உள்ள மறவர் மெய்ம்மறையைத் தழுவினர்.” (K.V.Francis Xavier, Church History of Sendamaram, 1953, P18)

“1892ல் **ஊத்துமலை**யில் கிறிஸ்தவம் துளிர்விட ஆரம்பித்து…., ஓராண்டிற்குள்ளாகவே இளந்திருச்சபை **ஊத்துமலை**யில் உதயமாகியது.” (Fr.I.Ignacy, S.J., Short memoire on Sendamaram and Viravanallur 1878-1896)

"1903 ஆம் ஆண்டு கட்டப்பட்ட கோயில் செலவிற்கு ரூ.1000 அன்றைய **ஊத்துமலை** கிறிஸ்தவர்களால் (329) வழங்கப்பட்டது."
(Fr.Besse, Pangus of Madurai Misson, 1914)

கத்தோலிக்கத் திருச்சபை வரலாறு

இவ்வூரில் 19ம் நூற்றாண்டின் இறுதிப்பகுதியில் கத்தோலிக்க கிறிஸ்தவ சமயம் காலூன்றியது. இக்கத்தோலிக்கரின் தேவாலயம் **தூய அருளப்பர் தேவாலயம்** என்று அழைக்கப்படுகிது. விண்ணை முட்டும் இரட்டைக் கோபுரங்களுடன் இன்று அழகுற காட்சி அளிக்கும் இவ்வாலய வரலாற்றை நோக்கினால், மக்களின் உழைப்பும் அருட்பணியாளர்களின் பங்களிப்பும் இறை ஆசீர்வாதமும் ஒருங்கே அமையப்பெற்றதே இவ்வுயர்வுக்குக் காரணம் எனலாம்.

தேவாலயத் தோற்றம்

கத்தோலிக்க சமயம் இவ்வூரில் காலூன்றிய வேளை புனித அருளப்பர் பெயரில் ஓலை வேய்ந்த சிற்றாலயம் ஒன்று உருவாக்கப்பட்டது. சில ஆண்டுகளில் விசுவாசிகள் பெருகவே பெரிய ஆலயம் தேவைப்பட்டது. இருபதாம் நூற்றாண்டின் தொடக்கத்தில் தம் உடல் உழைப்பினாலும், பொருளுதவியினாலும் அலங்கார வேலைப்பாடுகளோடு கூடிய அழகான ஆலயம் உருவானது. பக்தர்கள் கூட்டம் அதிகரிக்கவே, 1982ல் மக்களின் விருப்பத்திற்கு ஏற்றாற்போல், பங்குத்தந்தை அருட்திரு. ஜோக்கிம் அடிகளின் அரும் முயற்சியால் ஓங்கி வளர்ந்த ஒற்றைக் கோபுரத்துடன் ஆலயம் புதுப்பொழிவுடன் எழுப்பப்பட்டது.

ஆண்டுகள் பல கடந்ததும் இயற்கையின் தாக்கத்தால் ஆலயம் சிதைவுற ஆரம்பிக்க, அருட்தந்தை. வியானிராஜ் அடிகளார் பங்குதந்தையாயப் பொறுப்பில் இருந்த காலத்தில் ஆலயத்தைப் புனரமைக்க வேண்டிய சூழல் உருவானது. அத்தோடு பெருகி வந்த இறைமக்கள் கூட்டத்திற்குப் பழைய ஆலயத்தில் இடம் இல்லாமல் போகவோ, ஆலயத்தை விரிவாக்கவும் திட்டமிடப்பட்டது. ஆனால் 'புனரமைப்பு நிலைத்தப் பயனைத் தராது' என்ற அடிகளாரின் தொலைநோக்குப் பார்வையால், 1999ஆம் புத்தம் புது ஆலயம் கட்டும் பணித்தொடங்கியது.

ஆலய விரிவாக்கத்திற்குத் தேவையான இடத்தை அப்போதைய ஊராட்சிமன்றத் தலைவர் நிறைகுளத்தான் மனமுவந்து அளிக்க, ஊர் மக்களின் ஒத்துழைப்போடு 2000 ஆண்டு மே மாதம் கட்டி முடிக்கப்பட்டு, நேர்ந்தளிப்பு (பிரதிஷ்டை) செய்யப்பட்டது. ஆலய கட்டுமானப் பணியில் சபை மக்களின் பங்களிப்பு குறித்து வியானிராஜ் அடிகளார் குறிப்பிடுமிடத்து, "1999 ஆம் ஆண்டு பொங்கல் சாப்பிட்ட கையோடு கோயில் பணியைத் தொடங்கினோம். கடவுள் கொடுத்த வலுவான கரங்களும், உரமான நெஞ்சுறுதியும் கொண்ட மக்கள் களத்தில் இறங்கினர். அனைவருமே ஆச்சரியப்படும்படி கடப்பாரை, சம்மட்டியால் அடித்து, கயிறு கட்டி இழுத்து, கோபுரங்களை அப்புறப்படுத்திவிட்டனர். ... இந்த ஆலயத்தின் கூரைக்குக் கான்க்ரீட் போட்டதும் என் மக்கள்தான். 1999 ஆம் ஆண்டு அக்டோபர் மாதம் 19, 20 ஆகிய இரண்டு நாட்களில் சபை மக்கள் அனைவரும் வேலைக்குச் செல்லாமல் கூலி வாங்காமல் இப்பணியை முடித்தனர். இப்படி பல நிலைகளில் தங்கள் உடல் உழைப்பை வழங்கி பெரிதும் உதவினர் எம் மக்கள்" எனக் கூறி பெருமிதப்படுகிறார்.

ஊத்துமலை பங்குத்தந்தையரின் சமூகப் பங்களிப்பு

இப்பகுதி மக்களின் சமூகப் பொருளாதார வளர்ச்சியில் மிகுந்த அக்கறையுடன் செயல்பட்டவர் அருட்திரு. துரைராஜ் (1946 – 1951) ஆவார். ஊத்துமலையின் முதல் பங்குத்தந்தையான இவர் எவ்வித பாகுபாடின்றி மக்களுடன் உறவாடி நன்மதிப்பைப் பெற்றதோடு, நல்ல பெரும் காரியங்கள் பல செய்ததால் இவர் காலம் ஊத்துமலையின் பொற்காலம் என அழைக்கப்படுகிறது. இவ்வூர் மக்கள் பிற பகுதிகளோடு எளிதில் தொடர்பு கொள்ள, பேருந்து வழித்தடம் ஏற்படுத்திய பெருமை இவரையே சாரும். இரவு நேரத்தில் பேருந்து தங்குவதற்குப் பங்குக்குச் சொந்தமான இடத்தில் ஷெட் ஒன்றை அமைத்துக் கொடுத்து போக்குவரத்து தடையின்றி நடைபெற வழி செய்தார். அந்த இடத்தில் அமைந்திருக்கும் கிணறு, இன்று வரை **'பஸ் ஸ்டாண்ட் கிணறு'** என்றே அழைக்கப்படுகிறது. ஆலய வளாகத்தில் இயங்கி வந்த நடுநிலைப் பள்ளிக்குத் தனி இடம் பெறுவதற்கான முயற்சிகளைத் தொடங்கியவரும் இவரே. நீதிமன்றங்களால் கூட தீராத வழக்குகள் பல இவரால் தீர்த்து வைக்கப்பட்டன. அத்தோடு இவ்வூரைச் சார்ந்துள்ள கிராமங்களின் வளர்ச்சிக்கும் இவர் அரும்பாடுபட்டுள்ளார். அரசு அதிகாரிகளின் உதவியோடு, வாடியூர், மரியதாய்புரம் ஆகிய கிராமங்களில் பனை ஏறும் தொழிலாளர்களுக்கான கூட்டுறவுச் சங்கங்களை ஏற்படுத்தி அவர்களின் பொருளாதாரத்தை மேம்படுத்தினார்.

தங்கம்சாமி என்று இன்றும் மக்களால் நினைவுகூரப்படுபவர் ஊத்துமலையின் நான்காவது பங்குத்தந்தையாகப் பொறுப்பேற்ற அருட்திரு.அருளானந்தம் அடிகளார் ஆவார். கனிவுக்கும் கண்டிப்புக்கும் பெயர்பெற்ற இவர், இரு (1955 – 1957, 1960 – 1962) காலகட்டங்களில் பங்குத்தந்தையாகப் பணியாற்றினார். இவர் காலத்தில் கல்வி நிலையங்களும், கடமை, கட்டுப்பாடு, கல்வித்தேர்ச்சி இவற்றின் இலக்கணங்களாகத் திகழ்ந்தன.

ஆழ்ந்த பணி அனுபவத்தால் மக்களை வழிநடத்தி மக்களிடையே சமாதானத்தையும், ஒற்றுமையையும் உருவாக்கியவர் அருட்திரு. சூசைமாணிக்கம் (1964 – 1968)ஆவார். ஏழைகள் மீது பரிவும் இரக்கமும் கொண்ட நல்ல தந்தையாகச் செயல்பட்டவர் அருட்திரு. ஜான் மீம்பிள்ளிக்காவில் (1971 – 1974)ஆவார். இவர் ஆலய குருவாக மட்டும் அல்லாமல் மருத்துவராகவும் செயல்பட்டு மக்கள் பணியாற்றினார்.

இளமைத் துடிப்புடன் பணியாற்றிய அருட்திரு. சலேத் ஜெயபாலன் (1974 – 1979) பொறுப்புக் காலத்தில் ஊத்துமலை கடும் வறட்சியைச் சந்திக்க நேர்ந்தது. பல்வேறு நிவாரணப் பணிகளைத் தக்க விதத்தில் மேற்கொண்டு மக்களின் வறுமையைப் போக்கினார்.

மாசற்ற உள்ளத்தோடு மக்கள் மத்தியில் பழகி பணி செய்தவர் அருட்திரு.மாசிலாமணி அடிகளார் (1979 – 1981) ஆவார். மாவட்ட ஆட்சியாளரைப் பலமுறை சந்தித்து சங்கரன்கோவில் - ஊத்துமலை நகரப்பேருந்து வழித்தடத்தைப் பெற்றுத் தந்தவர் இவரே ஆவார்.

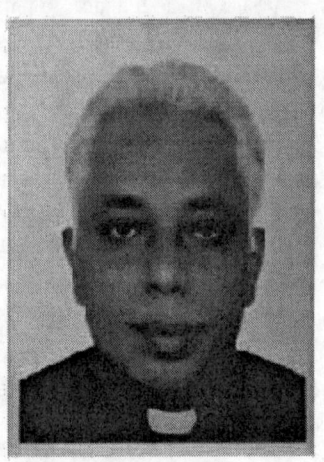

அருட்திரு.வியானிராஜ் அடிகளார்

அருட்திரு.வியானிராஜ் அடிகளார் பங்கு தந்தையாகப் பணியாற்றிய 1997 – 2000 வரையிலான காலகட்டம் ஊத்துமலைக்கு முத்தான ஆண்டுகளாக அமைந்தது என்றால் அது மிகையாகாது. ஆன்மிகம் மட்டுமல்லாது, மக்கள் மேம்பாடு, கல்வி வளர்ச்சி என எல்லாத்துறைகளிலும் அக்கறைகாட்டிச் செயல்பட்டவர் இவர் ஆவார். மக்களின் இன்ப துன்பங்களில் பங்கேற்று மக்கள் பணி ஆற்றினார்.

அவரைத் தொடர்ந்து அருட்திரு. மனுவேல் (1951 – 1952) அருட்திரு. பீட்டர் (1952 – 1955), அருட்திரு சவரிராஜ் (1957 – 1960) அருட்திரு. குருவில்லா (1962 – 1964, அருட்திரு. சூசைமாணிக்கம் (1964 – 1968), அருட்திரு. ஜோக்கிம் (1981 – 1987) அருட்திரு. ஜோசப்ராஜ் (1987 – 1991) அருட்திரு. அமிர்தராஜ்

(1991 – 1994), அருட்திரு. துரைராஜ் (1994 – 1997) அருட்திரு. அந்தோனிராஜ், அருட்திரு. பெர்க்மன்ஸ், அருட்திரு. அந்தோனிராஜ், அருட்திரு. ஜேம்ஸ், அருட்திரு. ஸ்டிபன் ஆகியோர் அருட்பணியாற்றினர்.

'சிஸ்டர்ஸ் கான்வென்ட்'

1975 க்குப் பின் 'சிஸ்டர்ஸ் கான்வென்ட்' உருவாக்கப்பட்டது. இவர்கள் ஆன்மிகப் பணியோடு கல்விப்பணி மற்றும் சமூகப் பணியையும் ஆற்றிவருகின்றனர். சபை மக்கள் என்று மட்டுமல்லாமல், ஊர் மக்களின் இன்ப துன்ப நிகழ்வுகளில் கலந்து கொள்கின்றனர். ஆர்.சி பள்ளியின் தலைமையாசிரியர்களாகப் பணியாற்றி கல்வித் தொண்டு புரிந்த அருட்சகோதரிகள் கார்டியானா மேரி 1976 – 83, எபிஜீனியா மேரி 1983,84, அகரியானுஸ் மேரி 1984 - 89. ஹைசெந் மேரி 1989 – 91, பெர்னார்டு லூர்து மேரி 1991 – 96, கொன்றாகு பெரிய நாயகம் 1996 – 1999, கால்மினா புஷ்பா பாய் 1999 – 2005, பெற்றினா எலிசபெத் 2006 – 2007, சிதோனியா மேரி 2007 – 2009, எங்கிஸ்பர்ட் மேரி விமலா ராணி 2009 – 2015, நிர்மலா குளோரி 2015 - (தற்போது வரை பணியாற்றி வருகிறார்) ஆகியோர் ஆவர்.

தென்னிந்தியத் திருச்சபை வரலாற்றில் ஊத்துமலை

"1835ம் ஆண்டு முதல் மிஷனரி பணித்தளமாக இருந்து அன்பின் பிணைப்பினால் புது பொலிவு பெற்ற **ஊத்துமலை** சபை சுமார் 176 ஆண்டுகள் கடந்து வந்துள்ளது." என்று தா.தானியேல் தனசன் (ஊத்துமலை பரிசுத்த பவுலின் ஆலய வரலாறு, ப.44) குறிப்பிட்டுள்ளார்.

பரிசுத்த பவுல் தேவாலயம்

தென்னிந்தியத் திருச்சபையின் திருநெல்வேலி திருமண்டலத்திற்கு உட்பட்ட இத்திருச்சபை பரிசுத்த பவுல் ஆலயம் என அழைக்கப்படுகிறது. இவ்வாலயத்தின் கோபுரம் திருநெல்வேலி மறைமாட்டத்திலேயே மிக உயரமான கோபுரமாகத் திகழ்கிறது. 195 அடியுள்ள இக்கோபுரம் காண்போர் உள்ளத்தைக் கவருவதோடு, விசுவாச விதை ஊன்றிய அருட்பணியாளர்களின் இறை அன்பையும், ஆலயத்தில் கூடி வரும் சபை மக்களின் கடின உழைப்பையும் பறை சாற்றுகின்றது.

ஆலய வரலாறு

ஊத்துமலையில் கிறிஸ்தவம் பரவ ஆரம்பித்தவுடன், மக்கள் கர்த்தரைத் தொழுது கொள்வதற்காக சிறிய கூரை ஆலயத்தை முதன் முதலாகக் கட்டினர். பின் மழைக்காலங்களில் கூரை ஆலயத்தில் வழிபட முடியாத சூழல் ஏற்படவே, அருள்திரு.இரேனியஸ் ஐயர் அவர்களின் முயற்சியாலும், சபை மக்களின் அயராத உழைப்பாலும் புதிய ஆலயம் உருவாயிற்று. 1835 ஆம் ஆண்டு ஜீலை 17 ஆம் நாள் அருள்திரு.இரேனியஸ் ஐயர் அவர்களால்

இறை அர்ப்பணம் செய்யப்பட்டது. கூடிவரும் சபை மக்கள் பெருகவே பழைய சிற்றாலயத்தை உள்ளடக்கி, விரிவுபடுத்தப்பட்ட ஆலயம் உருவானது. **பரிசுத்த பவுல் ஆலயம்** எனப் பெயரிடப்பட்டு 1849 ஆம் ஆண்டு ஜீலை 22 ஆம் நாள் அருள்திரு.ரேனிஸ் ஐயர் அவர்களால் பிரதிஷ்டை செய்யப்பட்டது. பல ஆண்டுகளுக்குப்பின், ஆலய மேற்கூரை புதுப்பிக்கப்பட்டு, 1969 ல் ஆலய கோபுரம் எழுப்பப்பட்டது. 1971ல் தரை மொசைக் தளம் போடப்பட்டது.

ஆலயத்தின் விரிவாக்கப் பணி, பலிபீடம் (ஆல்டர் - பரிசுத்த திருவிருந்து ஆராதனை இடம்), தேவாலயம், மணிமண்டபமும் கோபுரமும் என்ற மூன்று நிலைகளில் நடைபெற்றது. 1999 ஆம் ஆண்டு பலிபீடமும், 2003ல் ஆலயம் மற்றும் கோபுரமும் கட்டி முடிக்கப்பட்டு பேராயர் அருட்பெருந்திரு. எஸ். ஜெயபால் டேவிட் அவர்களால் இறை அர்ப்பணம் செய்யப்பட்டது. "ஒரு மாதமாக இரவுபகலென்று பாராமல் பழைய ஆலயம், மண்டபம், கோபுரம் போன்றவற்றை இடித்து, பொருட்களை அப்புறப்படுத்தியும் அஸ்திபாரப் பணிக்கு வழிசெய்தனர். மாட்டு வண்டி உடையோர் மணல் கொண்டு வந்து குவித்தனர். வீட்டுக்கொருவர் வீதம் கையாளாக நின்று பணி செய்தனர். தேவையான பணமும் வரலாயிற்று. கோபுரப் பணிகள் மின்னல் வேகத்தில் மேல் நோக்கி வளர்ந்தன." என்று குறிப்பிடும் தானியேல் தனசன், "கோபுரக் கட்டுமான பணியை மக்கள் 1999ம் ஆண்டு ஜனவரி 25 முதல் 2003 ம் ஆண்டு ஜனவரி வரை பிரதிஷ்டை முடியும் வரை தன்னுடைய முழு ஈகையாலும் அயராத இரவு பகலான உடல் உழைப்பினாலும் ஆலயம் கட்டி முடிக்கும்வரை அரும்பாடுபட்டனர்" என்று மக்கள் ஆற்றிய அருப்பெரும் பணியை நினைவுகூர்கிறார்.

வெளிநாட்டு மிஷனெரிகளின் வருகை

வெளிநாடுகளில் இருந்து திருநெல்வேலி பகுதிகளில் ஊழியம் செய்த மிஷனெரிகளுள், இருவர் ஊத்துமலைக்கு வந்து சென்றுள்ளதால் **தென்னிந்தியத் திருச்சபை வரலாற்றில் ஊத்துமலை** சிறப்பானதொரு இடத்தைப் பெற்றுள்ளது. 1835 ஆண்டிற்குப் பின் இரேனியஸ் ஐயர் அவர்களும், பேராயர் சார்ஜெண்ட் அவர்களும் இறை அன்பை மக்களுக்கு எடுத்துரைக்க இவ்வூக்கு வருகை புரிந்துள்ளனர்.

கனம். இரேனியஸ் ஐயர்

பேராயர் சார்ஜெண்ட்

ஜெர்மனியில் இருந்து 1820 கிறிஸ்தவின் ஊழியத்தைச் செய்ய (நற்செய்தி அறிவித்தல்) திருநெல்வேலிப் பகுதிக்கு வந்தவர் கனம். இரேனியஸ் ஐயர் அவர்கள் ஆவார். அவர் உருவாக்கிய பல சபைகளில் ஊத்துமலை திருச்சபையும் ஒன்றாகும். மக்களுக்குத் தன்னாலான உதவிகளையும், நிதி உதவிகளையும் அளித்து வந்த இவர், ஜமீன்தார்களின் கொள்கையால் சிக்கித் தவித்த கிறிஸ்தவ மக்களுக்கு விடிவெள்ளியாய் அமைந்தார்.

1850 ம் ஆண்டு கால கட்டத்தில் ஊத்துமலை, ஆலங்குளம், சுரண்டை பகுதிகளில் ஞாயிறன்று இயங்கி வந்த சந்தைகளால் கிறிஸ்தவர்கள் ஞாயிற்றுக்கிழமை ஆலயத்திற்குச் செல்வது தடையாக அமைந்தது. 1863 ஆம் ஆண்டு அருள்திரு. இரேனியஸ் ஐயர், அருள்திரு.ரேனிஸ், அருள்திரு.பேரன்ப்ருக் ஆகியோர் ஞாயிறு கூடும் சந்தைகளை எப்படியாவது திங்களன்று தொடங்க வேண்டும் என்று ஏற்பாடுகள் செய்தனர். அதன் பயனாக கீற்றுக் கொட்டாரங்களைப் போட்டும், கிராமங்களில் விளம்பரம் செய்தும் சந்தையைத் திறந்து வைத்தார்கள். ஆனால் தோல்வியே ஏற்பட்டது. இதனால் சோர்வுற்றாலும் கடவுள் வெற்றியைத் தருவார் என்ற நம்பிக்கையோடு, கடவுள்மேல் பாரத்தை வைத்து ஜெபிக்க ஆரம்பித்தனர். காலங்கள் கடந்து சென்றன. சந்தை நிர்வாகம் சர்க்காரின் மேற்பார்வைக்குள் வந்தது. இரேனியஸ் ஐயர் அவர்கள் ஜமீன்தாரைச் சந்தித்து தங்கள் கோரிக்கையை

வைக்க, 1865 ம் ஆண்டு ஜமீன்தாரே ஞாயிறு கூடும் சந்தையைத் திங்களன்று கூடுமாறு விண்ணப்பித்து கலெக்டருக்கு ஒரு கடிதம் எழுதினார். அதன்பின் இம்மூன்று கிராமப் பகுதிகளிலும் திங்களன்று சந்தை கூட்டப்பட்டது. இதனால் கிறிஸ்தவர்கள் ஞாயிற்றுக்கிழமைகளில் மன நிம்மதியோடு ஆலயம் செல்ல வழி ஏற்பட்டது.

இங்கிலாந்தில் பிறந்து வளர்ந்து, பாளையங்கோட்டை திருமண்டலத்திற்குப் பேராயராகப் பொறுப்பேற்றவர் அருட்திரு. சார்ஜெண்ட் ஆவார். பாளையங்கோட்டையைச் சுற்றியுள்ள கிராமப் பகுதிகளில் ஊழியம் செய்த இவர், 1835 ல் ஊத்துமலைக்கு வந்தார். துன்பத்தில் இருக்கும் மக்களுக்குக் கிறிஸ்துவின் அன்பைப் பிரசங்கித்தார். 1877 ல் மீண்டும் ஒரு முறை இவ்வூருக்கு வந்த பேராயர் சார்ஜெண்ட், "தாம் பார்த்த சின்ன ஆலயங்கள் அனைத்திலும் மிகவும் அழகானது ஊத்துமலை ஆலயமே என்று மகிழ்ந்ததாக" தானியேல் தனசன் தம் நூலில் குறிப்பிட்டுள்ளார்.

கோயில் புராணத்தில் ஊத்துமலை

"இத்தகையுடைய தவசுமண்டபந்தானியற்றிய வேந்தன்யாரெனின், முத்தமிழ்ச் சங்கமூன்றுடனான்காமுறைபெற வளர்த்த முதுகில் வைத்திடு **மூற்று மலைக்கரசுரிமை** மன்னன் மருதப்ப வள்ளல் பாத்தியாற் செய்திங் கோழிரண்டுலகும் பரப்பினர்றன்புகழ் பரப்பே" சங்கரநாராயணசாமி கோயில் புராணம், (1958, ஆறாம் பதிப்பு, ப.44)

இதழ்களில் ஊத்துமலை

தினகரன் வசந்தம் இதழில் (2017) கே.என்.சிவராமன் எழுதிய 'நெல்லை ஜமீன் வரலாறு' வரிசையில் **ஊத்துமலை ஜமீன் வரலாறு** தொடராக வெளிவந்துள்ளது.

செங்கோட்டை ஸ்ரீராம் என்பவர், மஞ்சரி டைஜஸ்ட் இதழில் இதழாசிரியராக இருந்தபோது, 'உங்களோடு ஒரு வார்த்தை' என்ற பகுதியில், கிராமத்துத் தகவல்கள், இலக்கியத் தகவல்கள் சிலவற்றைத் தொடர்ந்து எழுதியவர் ஆவார். இவர் ஊத்துமலையில் நடைபெற்ற சுவையான சம்பவங்களை, வீரகேரளம்புதூர் - **ஊத்துமலை ஜமீனில் சில சுவராஸ்யங்கள்** (வலைதளத்தில்) என்ற பகுதியில் பதிவிட்டுள்ளார்.

ஊத்துமலை குறித்து எழுதப்பட்டுள்ள நூல்கள்

நெல்லை சமஸ்தானங்களும் வீழ்ச்சியும் என்ற நூலில் முத்தாலங்குறிச்சி காமராசு நெல்லை ஜமீன் வரிசையில் **ஊத்துமலை ஜமீன்** குறித்த வரலாற்றை எடுத்துரைத்துள்ளார்.

த.மருதுபாண்டியன் **ஊற்றுமலை ஜமீன் தமிழ் வளர்த்த பூமி** என்ற நூலில் ஊத்துமலை ஜமீன் வரலாற்றையும், ஜமீனின் தமிழ்ப் பணியையும், ஜமீன் காலத்தில் எழுதப்பட்ட சீட்டுக்கவி மற்றும் அகப்பாடல்களையும் தொகுத்துத் தந்துள்ளார்.

ஊத்துமலை மாத இதழ்

ஊத்துமலை மாத இதழ் நவம்பர் 2014 – செப்டம்பர் 2015 கால கட்டத்தில் வெளிவந்தது. இதன் ஆசிரியர் ஊ.வ.கணேசன் ஆவார். இவர், இவ்விதழ் பற்றிக் குறிப்பிடுமிடத்து, “பிறந்த மண்ணுக்கு சேவை செய்யும் பொருட்டு இந்த இதழை நடத்துகிறேன்” என்று பெருமிதம் கொள்கிறார். இவ்விதழில் ஊர் வரலாறு, சிறப்புகள், ஊர் குறித்த முக்கிய செய்திகள், கவிதைகள், கட்டுரைகள், துணுக்குகள் எனப் பல தகவல்கள் இடம் பெற்றுவந்தன. இவ்விதழுக்கு 25.10.15 அன்று சிறுபத்திரிகையாளர் சங்கம் ‘பாரதிதாசன் நினைவுப் பரிசு’ வழங்கி சிறப்பித்தது என்பது குறிப்பிடத்தக்கது.

மண்ணின் மைந்தர்கள்

வீரமும் தமிழ் மொழிப்பற்றும் இம்மண்ணுக்கே உரியது என்றால் மிகையாகாது. இம்மண்ணில் உதித்து ஊரின் பெயரால் சிறப்புப் பெற்றோரும், தம் பங்களிப்பால் ஊருக்குப் பெருமை சேர்த்தோரும் பலராவர். அவர்களுள் ஒரு சிலரின் பங்களிப்பு இங்கு பதிவுசெய்யப்படுகின்றன.

வித்வான் தங்கப்பாண்டியனார்

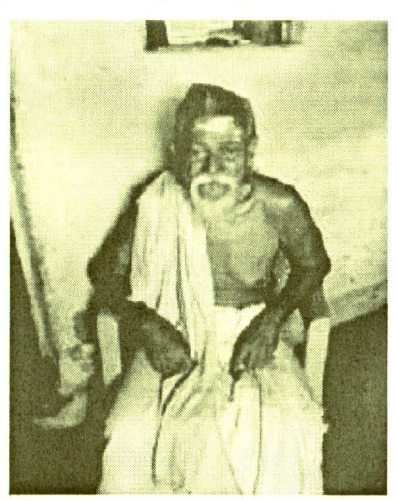

பொறிக்கப்படாத கல்வெட்டாய், எழுதப்படாத வரலாற்றுப் புத்தகமாய்த் திகழ்பவர் வித்வான் தங்கப்பாண்டியனார் ஆவார். தம் ஊர் மக்களுக்கு மட்டுமல்லாமல் வரவாற்று ஆய்வாளர்களுக்கும் ஜமீன் காலத்திய வரலாற்றையும், அக்காலத்திய நிகழ்வுகளையும் கால கிரமம் மாறாமல் எடுத்துரைக்கும் இவர், 'ஊத்துமலை மண்' தமிழ் மொழிக்கு அளித்த பெருங்கொடையாகும். சுமார் 85 வயதைக் கடந்தவர் வித்வான் தங்கப்பாண்டியனார் ஆவார். இடுப்பில் ஒரு நாலு முழ வேட்டியும் மேலுக்கு ஒரு துண்டு மட்டுமே இவரது ஆடை. வாடையிலும் கோடையிலும் இவற்றை மட்டுமே ஆடையாக உடுத்தும் இவர், நெற்றி நிறைய திருநீறு பூசியுள்ளார். சிரித்த முகத்துடன் சிந்தனைச் சுடராக விளங்கும் இவர் சுட்டெரிக்கும் வெயிலிலும் காலில் செருப்புகூட அணிவதில்லை. 'வித்வான்' என்ற அடைமொழி மக்கள் அன்புடன் கொடுத்திருக்க, அரசின் உதவித் தொகை பெற்று வருகிறார்.

இலக்கியப் பணி

தங்கப்பாண்டியனார், கல்விக் கூடத்திற்குச் சென்று பெரிய படிப்பு எதையும் படிக்காதவர், குரு குலத்திற்குச் சென்று அடிப்படையான கல்வி அறிவை ஏட்டுப்படிப்பின் மூலம் பெற்றிருக்கின்றார். இவரது தந்தையார் திரு.இராமசாமித்தேவரிடம் இருந்த அக்காலத்திய ஓலைச்சுவடிகளைக் கற்றறிந்து, அதன்பின் தானே முயன்று பழந்தமிழ் இலக்கியங்களை எல்லாம் கற்றுத் தேர்ந்திருக்கிறார். இன்று தொல்காப்பியம் நன்னூல் போன்ற இலக்கண நூல்களுக்கும், பன்னிரு திருமுறைகள் போன்ற இலக்கிய நூல்களுக்கும் உரை எழுதும் அளவிற்குப் புலமை பெற்றுள்ளார். சென்னிகுளம் அண்ணாமலை ரெட்டியார் எழுதிய காவடிச் சிந்து என்ற நூலின் பெருமைகளை இப்பகுதி மக்களுக்கு எடுத்துச்சொல்லி, அந்நூலை மக்கள் மன்றத்தில் புகழ்பெறச் செய்துள்ளார். இவரைப் பற்றி பழனி இளம் கம்பன் குறிப்பிடும்போது,

"நல்ல உரையாசான் நாடறிந்த பேராசான்
வல்ல தமிழின் வளங் காப்போன் - சொல்லறிஞன்
நம் தங்கப் பாண்டினார் நன்னூலை கற்பவர்கள்
செம்மையுடன் வாழ்வர் செழித்து" எனப் பாடியுள்ளார்.

திருவள்ளுவர் கழகத்தின் செயலராக இருந்தபோது திருக்குறளின் பெருமையைப் பாமர மக்களும் அறியும்படிச் செய்தார்.

திருவள்ளுவர் கழகம்

1962ல் திருவள்ளுவர் கழகம் இவ்வூரில் தொடங்கப்பட்டது. இக்கழகத்தின் தலைவராக திரு.சண்முகப்பாண்டித் தேவர், துணைத் தலைவராக கண்ணையாத் தேவர் (எ) உண்ணாமலைத் தேவர், பொருளாளராகப் பரமசிவன் செட்டியார், செயலாளராகத் தங்கப்பாண்டியனார் ஆகியோர் செயல்பட்டனர். இக்கழகத்தின் சார்பில் ஆண்டுதோறும் திருவள்ளுவர் தினத்தன்று திருவள்ளுவர் தினம் விழாவாகக் கொண்டாடப்பட்டது. அவ்விழாவில் குறள் ஒப்புவித்தல் போட்டி நடைபெறும். 1330 குறள்களையும் ஒப்பிக்கும் மாணவர்களுக்குப் பரிசுகள் வழங்கப்பட்டன. நாளடைவில் போதிய நிதி உதவி மற்றும் ஆதரவு கிடைக்கப் பெறாததால் இக்கழகச் செயல்பாடுகள் குறைந்து, இன்று செயல்படாமல் போனது. 1967ல் இக்கழகத்தின் சார்பில் இவர் (தங்கப்பாண்டியனார்) எழுதிய 'தமிழமுது' என்ற நூல் வெளியிடப்பட்டது.

ஆன்மிகப்பணி

ஆண்டுதோறும் மார்கழி மாதத்தில் சிறுவர்களை ஒன்றிணைத்து, இரவு நேரத்தில் ஊராட்சிக் கட்டடத்தில் அவர்களைத் தங்கவைத்து அதிகாலையில், கிணற்று நீரில் நீராட்டி, விபூதி அணிவித்து, செல்லையாக் கோனார், உச்சிக்கண் ராசாத்தேவர் அடங்கிய இசை (சுருதி பெட்டி, கஞ்சரா) குழுவினரோடு, அதிகாலையில் வீதிதோறும் திருப்பள்ளி எழுச்சியைப் பஜனையாகப் பாடச்செய்துள்ளார்.

படைப்புகள்

- ❖ தமிழமுது
- ❖ முருகன் பெருமை அல்லது தமிழர் கடவுள்
- ❖ கழுகுமலைப் பிள்ளைத்தமிழ் உரை
- ❖ நெட்டூர் புராண உரை
- ❖ கண்ணனைக் கண்ட பாரதியார்
- ❖ விவிலியம் (பைபிள்) கிறிஸ்தவ மத நூலாகுமா? ஆய்வு
- ❖ திவ்ய பிரபந்தம் பாடிய ஆழ்வார்கள் வரலாறு
- ❖ திருமாலின் திவ்ய தரிசனம் பாரதம் பாடிய பெருந்தேவனாரின் உத்யோகப் பருவப்பகுதி உரை
- ❖ நாயன்மார் நால்வரின் வரலாற்றின் நற்றமிழ்
- ❖ அன்னை தெரசாளின் மறுப்பு
- ❖ பிரதோச வழிபாட்டின் பெருமை அல்லது சிவபிரானின் மகிமை
- ❖ காவடிச்சிந்து உரை

திருக்குறள் மருதையாத்தேவர்

திருக்குறள் மீது மிகுந்த பற்றும் ஈடுபாடும் உடைய இவர், சிறந்த பேச்சாளர். இவர் திருமணம் போன்ற பொது நிகழ்ச்சிகளிலும், ஆன்மிகச் சொற்பொழிவுகளிலும் கலந்துகொண்டு உரையாற்றும்போது, தம் உரையின் ஊடே தவறாது திருக்குறளையும், அதன் கருத்தையும் எடுத்துரைக்கும் இயல்புடையவர். எனவே, இவரைத் **திருக்குறள் மருதையாத்தேவர்** என்றே மக்கள் அழைக்கின்றனர்.

ஊத்துமலை ராமகிருஷ்ணன்

'தாம்பரம் ராம்கி' என்ற புனைப்பெயரில் தினகரன், மாலைமலர் போன்ற தினசரி பத்திரிகையில் நிருபராகப் பணியாற்றுபவர் ஊத்துமலை ராமகிருஷ்ணன் ஆவார். ஊத்துமலையில் பிறந்து வளர்ந்த இவர், பணியின் நிமித்தமாகச் சென்னையில் வசித்து வருகிறார். ஊர்ப்பற்றும் இனப்பற்றும் மிக்க இவர் முற்போக்குச் சிந்தனையாளர். ஊர் பற்றிய வரலாற்றை நன்கு அறிந்து வைத்திருக்கும் இவர், அடிக்கடி ஊத்துமலைக்கு வந்து செல்கிறார். வயது வித்தியாசமின்றி தவறு செய்வோரைத் தயங்காமல் தட்டிக் கேட்கும் இயல்புடைய இவரிடம், ஊரார் 'பத்திரிகைக்காரன்' என்று இடைவெளிவிட்டே பழகுகின்றனர்.

இவர் தம் வாழ்க்கைப் பயண அனுபவத்தை "உணவு, உடை, உறைவிடம் இவைகளுக்கு வாய்ப்பு இருந்தும், அதைத்தாண்டி ஒருவன் மனம் எதையோ தேடுகிறது என்றால், அதுதான் அவனுக்கு இட்ட விதி. ஒருவனுக்கு அவனது பாதையும் பயணமும் புரியவேண்டும். புரியாமல் போனால் அவன் பைத்தியக்காரன். கைதியையும் காவலனையும் வித்தியாசப்படுத்தி பார்க்கும் திறன் விவசாயக் குடும்பத்தாருக்கு சாத்தியம் இல்லை. இதனால் கண்டனத்துக்கும், புறக்கணிப்புக்கும் பஞ்சமில்லை. படைப்பாளிக்கு அனுபவமும், அதை வெளிக்கொணரும் துணிச்சலும் வேண்டும். என் வாழ்க்கை உத்யோகம், உழைப்பு, ஊதியம் என்று ஒரு பகுதியாகவும், பல்வேறான அனுபவங்கள் சார்ந்தவை ஒரு பகுதியாகவும் இருந்தது. இரண்டும் இணையாத தண்டவாளம் போல் வாழ்க்கை ரயில் செம்மையாக இயங்க வழிவகுத்துத் தந்தது." என்று 'தெய்வ தரிசனத்தில்' பகிர்ந்து கொண்டுள்ளார்.

'ஏற்பவர்கள் ஏற்கட்டும். ஒதுக்குபவர்களைப் பற்றி கவலை இல்லை' என்ற துணிச்சலில் 1977இல் 'அவசர விளக்கு'என்ற அவரது கன்னிப்படைப்பை சுமந்து கொண்டு அணிந்துரைக்காகச் சென்னைக்கு வந்த இவரின் படைப்புக்கு எழுத்துலகப் பிரமாண்டங்களான கவியரசு கண்ணதாசன், கலைஞர் மு.கருணாநிதி இருவரும் எழுத்து வடிவில் தந்த வாழ்த்துரைகளே, இவரை எழுத்தாளனாக்கியுள்ளது. எழுத்தை மட்டுமே நம்பி வாழ்க்கையை நடத்த முடியாது என்பதால் அவர் தேர்ந்தெடுத்த வேலை 'பத்திரிகைப் பணி' ஆகும். அப்பணியே இவருக்கு நிரந்தர எழுத்துப்பணிக்குப் பல தளங்களை அமைத்துக் கொடுத்துள்ளது. அதன் விளைவு, கதை நாவல் போன்ற 15 படைப்புகளையும், நூற்றுக்கும் மேற்பட்ட கவிதைகளையும் இவர்

படைத்துள்ளார். நாளிதழ் வார இதழ்களில் இவரது கவிதைகள் பல பிரசுரமாகி உள்ளன. எல்லாப் படைப்புகளிலும் சமூகம் சார்ந்த உணர்வுகளே மேலோங்கி உள்ளன எனலாம். அவருடைய படைப்புகளில் சில.

- ஆவி சேட்டை
- மூன்று கில்லாடியும் ஆறு அடியாட்களும்
- உறவுகள் அவர்கள் அப்படியானால் ...? இவர்கள் இப்படித்தான்.
- எத்தனும் ஏமாளியும்
- விதி வழி பயணம்

த.மருதுபாண்டியன்

ஊத்துமலை ஜமீன் பற்றிய வரலாற்றை நேர்த்தியாய், திறம்பட நூலாக்கியவர் வழக்கறிஞர் த.மருதுபாண்டியன் ஆவார். இவர் சொந்த ஊர் ஊத்துமலையாகும். ஊத்துமலை மண் 'தமிழ் வளர்த்த பூமி' என்பதைப் பல ஆதாரங்களுடன் முயன்று தந்து, இலக்கிய உலகமும், வரலாற்று ஆய்வாளர்களும் அதனை அறியும்படிச் செய்துள்ளார்.

தம் நூலின் முன்னுரையில், "என் தாய் கிராமத்தை, என் முன்னோர்களை, என்னைச் சுற்றியுள்ள மனிதர்களை, சோகங்கள் தாங்கிய கதைசொல்லும் கிராம தேவதைகளை, ஒவ்வொரு ஜாதி சம்பிரதாயங்களை, மாடன், சுடலை, மாலையம்மன், ஜக்கம்மா, ஊமையன் என்று நெஞ்சுருகும் கதைகளை உள்ளடக்கிய கோவில்களின் வரலாறுகளை, பள்ளிப்படிப்பு இல்லாமலே இலக்கியம் பேசும் கிராமத்துப் புலவர்களை சரித்திரத்தின் பக்கங்களில் பதியவைக்க வேண்டும் என்ற ஆர்வத்தின் ஆரம்ப முயற்சிதான் இந்நூல்" என்று தம் விருப்பத்தை வெளியிட்டு இருக்கும் இவர், கால ஓட்டத்தில் மண்ணுலகை விட்டுப் பிரிந்து சென்றிருந்தாலும், அவர் விதைத்துச் சென்ற 'ஊத்துமலை மண் வாசனை' உலகம் இருக்கும் வரை, அவர் பெயரைச் சொல்லிக் கொண்டு இருக்கும் என்பதில் ஐயமில்லை.

கொடிகாத்த குமரன்

இந்திய சுதந்திர வரலாற்றில் திருப்பூர் கொடி காத்த குமரனை மறப்பவர் எவருமில்லை. அதே போல் வீரத்தின் விளை நிலமான இவ்வூரைச் சார்ந்த இளம் இராணுவ வீரர் **கொடி காத்த குமரன்** 2012ல் வீர மரணத்தைத் தழுவி இவ்வூருக்குப் பெருமை சேர்த்துள்ளார்.

> "ஊத்துமலையில் பிறந்ததால் உனக்குப் பெருமையா?
> உன்னைப் பெற்றதால் ஊருக்குப் பெருமையா ?
> ஊருக்கே புகழ் சேர்த்த குமரா...
> உனக்கிங்கே எவருமுண்டோ நிகரா? "

என்ற 'இரங்கற்பா'வை, ஊ.வ.கணேசன் எழுதி 'ஊத்துமலை' மாத இதழில் வெளியிட்டு அஞ்சலி செலுத்தியுள்ளார்.

ஊ.வ.கணேசன்

ஊத்துமலையில் பிறந்து வளர்ந்தவர் ஊ.வ.கணேசன் ஆவார். திருப்பூர் மாவட்டம் பல்லடத்தில் சொந்தமாய் மருந்தகம் நடத்தி வருகிறார். முகநூல் வழியாகத் தமக்கென ஒரு முகவரியை ஏற்படுத்திக் கொண்ட இவர் சிறந்த கவிஞர் ஆவார். சிறுபத்திரிகையாளர் சங்கத்தின் மாநிலத் துணைத் தலைவராக இவர் 2015 ல் தேர்ந்தெடுக்கப்பட்டார். "ஊத்துமலை என்பது ஊரின் பெயர். ஆனால் கவிதை ஊத்துக் கொட்டிக் கிடக்கும் அருவி. இவர் பல கவிதை நூல்களை எழுதி வெளியிட்டுத் தன் திறமைகளைக் காட்டியுள்ளார். தனிச் சிறப்பு மிக்கவர். தென்காசி வட்டத்தில் ஊத்துமலை என்கிற

கிராமத்தில் பிறந்தவர். இளைஞர். பல விருதுகளைப் பெற்று பல முக்கிய பிரமுகரிடமும் ஆசி பெற்றவர். இவரின் கவிதைகள் பல இதழ்கள், சிற்றிதழ்கள், நாளிதழ்கள் எனப் பலவற்றிலும் வெளிவந்துள்ளன. இவரின் சாதனைகள் ஏராளம்." என்று செப்டம்பர் 2017ல் வெளிவந்த 'எழுத்தாணி' மாத இதழ் இவரைப் பாராட்டியுள்ளது.

- வாழ்வளித்த கிராமத்துத் தாயே வாழ்க
- வெள்ளை வானவில்
- முகநூலில் என் முத்திரைகள்

என்ற படைப்புகளைப் படைத்துள்ளார். ஊத்துமலை கிராம வரலாறு, உலகம் முதல் ஊத்துமலை வரை போன்ற நூல்கள் இவர் படைப்பாக வெளிவர உள்ளன.

இந்து - முஸ்லிம் ஒற்றுமை

ஊத்துமலை என்றதும் நினைவுக்கு வருவது இந்து - முஸ்லிம் ஒற்றுமையைப் பறைசாற்றும் 'கான்சா மாடன்' தர்க்கா ஆகும். ஊத்துமலை பஞ்சாயத்துக்கு உட்பட்ட ருக்மணியம்மாள்புரம் கிராமக் குளக்கரையில் (ஊத்துமலை பாளையப்பகுதியான டானா எல்லை) அமைந்திருக்கும் இத்தர்க்கா 'கான்சா மாடன்' தர்க்கா என்று அழைக்கப்படுகிறது. கான்சா இஸ்லாமிய பெயர். மாடன் ஊரின் எல்லையில் அமையும் இந்து தெய்வத்தின் பெயர். இரண்டும் இணைந்து, இந்து - முஸ்லிம் ஒற்றுமையின் அடையாளமாக இத்தர்க்கா விளங்குகிறது. ஒவ்வொரு ஆண்டும் ஆடி மாதம் மறவர் இனத்தைச் சேர்ந்தவர்கள் இங்கு வந்து நேர்த்திக்கடன் செலுத்தி வழிபடுவதும், கிடாய் வெட்டுவதும் நிகழ்ந்து வருகிறது. ஊத்துமலை சுற்றியுள்ள கிராமங்களில் வாழ்ந்து வரும் முஸ்லீம்கள் அதே மாதம் முதல் நாள் மாலை இங்கு வந்து கொடியேற்றி சந்தனக் கூடுகை விழாவை நடத்துகின்றனர்.

இத்தர்க்காவின் தோற்றம் பற்றி ஆதாரப்பூர்வமான தகவல்கள் கிடைக்கப்பெறவில்லை. வேட்டைக்கு வந்த கான்சா என்ற பெயருடைய வீரன் நினைவாக உருவாக்கப்பட்டது என்ற பரவலான கருத்து அப்பகுதி மக்களிடையே காணப்படுகிறது. ஆயினும், ஊத்துமலை பாளையக்காரர்கள் பூலித்தேவனுக்கு உதவிய காலகட்டத்தில், அவர்கள் மீது படையெடுத்து வந்த கான்சாகிப், தம்மை எதிர்க்கும் பாளையங்கள் அருகே, தம் படைகளை நிறுத்தியிருந்த நிலையில்,

இப்பகுதியிலும் நிறுத்தியிருக்கலாம். அப்படையினரோடு வந்து தங்கிய இஸ்லாம் இனத்தவரால் இது உருவாக்கப்பட்டிருக்கலாம் என்ற கருத்து, வரலாற்றை உற்று நோக்குவோரிடையே நிலவுகிறது. பாஞ்சாலங்குறிச்சிக்கும் எட்டையாபுரத்திற்கும் இடையில் தாமிரபரணி கரையோரம் யூசுப்கான் (கான்சாகிப்) முகாம் அமைத்திருந்த பகுதியில் 'கான்சாபுரம்' என்ற ஊர் அமைந்திருப்பது ஈண்டு நோக்கத்தக்கது.

'மாவீரர் மருதநாயகம்' என்ற நூலில் கான்சாகிப் வரலாற்றைத் தந்துள்ள கே.வி.குணசேகரன் அவர்கள், போரால் பாதிக்கப்பட்ட பாளையங்களை சீரமைத்ததின் நிமித்தம், கான்சாகிப் பாளையக்காரர்களால் 'கான்சா' என்று அன்புடன் அழைக்கப்பெற்றார் என்ற செய்தியைக் குறிப்பிட்டுள்ளார். அவ்வாறு 'கான்சா'வால் நன்மை பெற்ற பாளையங்களுள் ஊத்துமலை பாளையமும் ஒன்றாய் அமைந்து, ஊத்துமலை பாளையத்தாரால் இது உருவாக்கப்பட்டிருக்கக் கூடுமோ என்று எண்ணத் தோன்றுகிறது.

●

3. தொன்மையும் வரலாறும்

'உள்ளது உள்ளபடியே ஒரு நிகழ்வு நடைபெற்ற காலத்தையும், இடத்தையும் தக்கச் சான்றுகளுடன் அறுதியிட்டுக் கூறுவது வரலாறு' என்று ஆங்கிலத்தில் கூறுவர். பதிவு செய்யப்பட்ட பழைய நிகழ்வுகள் வரலாறு ஆகின்றன. இன்றைய நிகழ்வுகள் எதிர்கால வரலாறு ஆகின்றன. ராமநாதபுரம் பகுதியில் வாழ்ந்த மறவர்கள், அங்கிருந்து புலம் பெயர்ந்து அருகிலிருந்த திருநெல்வேலி போன்ற பிற பகுதிகளுக்குச் வந்திருக்க வேண்டும் என்பது வரலாற்று ஆய்வாளர்களின் பரவலான கருத்து. அவ்வாறு புலம் பெயர்ந்து வந்த மறவர்கள் நெல்லைப் பகுதியில் களக்காடு முதல் மேற்குத்தொடர்ச்சி மலையின் அடியைத் தொட்டு நின்ற இராஜபாளையம் வரை பரவியிருந்தார்கள். அம்மறவர்களால் திருநெல்வேலிப் பகுதிகளில் பாளையங்கள் உருவாக்கப்பட்டன. அவை சிங்கம்பட்டி, ஊர்க்காடு, ஊத்துமலை, வடகரை, சுரண்டை, நடுவக்குறிச்சி, குருக்கள்பட்டி, அழகாபுரி, நெற்கட்டும் செவல், தலைவன்கோட்டை, தென்மலை (சிவகிரி) கொல்லம் கொண்டான் மற்றும் சேத்தூர் என வரலாறு சுட்டுகிறது. களக்காட்டுக்கு அருகே திருக்குறுங்குடியிலும், வள்ளியூர், பணக்குடியிலும் கூட மறவர் குடியிருப்புகள் இருந்தன. இப்பகுதியின் கிழக்கே மாநாடு, பூச்சிக்காடு, ஆறுபங்குநாடு போன்ற பகுதிகளிலும் மறவர் குடியிருப்புகள் இருந்தன. மத்தியப் பகுதியில் இருந்த மூன்று மறவர் பாளையங்கள் கடம்பூர், மணியாச்சி மற்றும் ஏழாயிரம் பண்ணை ஆகும். 'திருநெல்வேலி சீமையில் ஆட்சி செய்த மறவர் இனத்தைச் சேர்ந்த பாளையக்காரர்கள் அனைவரும் ராமநாதபுரம் பகுதியில் உள்ள 'கிளுவை' நாட்டிலிருந்து வந்தவர்கள்' என்று மறவர் சரித்திரம் குறிப்பிடுகிறது. இம்மறவர் பாளையக்காரர்கள் தென்பகுதிகளில் ஒரு குறுநில மன்னர்களாகக் காணப்பட்டனர். அவர்கள் பாளையக்காரர்கள் என்று அழைக்கப்பட்டார்கள். ஊத்துமலை ஜமீன் முதலில் பாளையமாக உருப்பெற்று, பின்னர் 1803 ல் ஜமீனாக மாற்றம் பெற்றுள்ளது. இவ்வரலாற்று நிகழ்வுகள் இப்பகுதியில் இடம் பெறுகின்றன.

ஊத்துமலை பாளையம் தோற்றம்

தென்னிந்தியாவின் பூர்வீகக் குடியினரான குறும்பர்கள், முதல் நூற்றாண்டில் கர்நாடகாவில் இருந்து தமிழகம் வந்தவர்கள் எனச் சொல்லப்படுகிறது. பல்லவர்களின் மூதாதையராக இருக்கலாம் என்று

கருதப்படுகின்ற இவர்கள் தொண்டைமண்டலத்தில் பரவியிருந்தனர். இராணுவ வலிமையோடு கோட்டைகளை அமைத்து குழுக்களாகப் பாரம்பரியத்துடன் வாழ்ந்து வந்தனர். பாண்டியர் மற்றும் சோழர்களின் எதிரிகளான இவர்கள், அவர்களுக்கு மிகுந்த தொல்லைகளைக் கொடுத்து வந்தனர். குறிப்பாக, மதுரையிலிருந்து தெற்கே திருநெல்வேலிச் சீமையிலுள்ள உக்கிரன்கோட்டைவரை பாண்டியர்கள் ஆட்சி புரிந்து வந்தபோது, உக்கிரன் கோட்டையைச் சுற்றி வாழ்ந்த குறும்பர்கள் பாண்டிய மன்னனுக்குப் பல இடையூறுகளைச் செய்தனர். இவர்களை அடக்கி ஒடுக்க வேண்டும் என்று பாண்டிய மன்னன் முயற்சி செய்தான்.

அப்போது ராமநாதபுரம் பகுதியில் இருந்து புலம் பெயர்ந்த மறவர்களில் மருதப்பத் தேவரின் வம்சம் கள்ளர்களை ஒடுக்கியவர்கள் என்பதைக் கேள்வியுற்று, குறும்பர்களை அழிக்க அவர்களை அழைத்துப் பேசுகிறான். அதன்படி, ஊத்துமலை மன்னர்களின் முன்னோர்கள் பெரும் படையெடுத்து வந்து போரிடுகின்றனர். இருபக்கமும் பெருத்த சேதம் ஏற்பட்டாலும் இறுதியில் குறும்பர்களை மருதப்பர் பரம்பரையினர் அடக்கினர். இதனால் மகிழ்ச்சியுற்ற பாண்டியன், 'விஜயகுமார பாண்டிய மருதப்பத் தேவர் என்ற பட்டம்' வழங்கி, குறும்பர்களின் இருப்பிடமாக இருந்த ஊத்துமலைப் பாளையத்தை அவர்களுக்கு வழங்கினான். அந்தச் சமயத்தில் ஊத்துமலை பெருங்காடாக இருந்தது. மருதப்பருடன் வந்த உறவுக் கூட்டத்தினர் காடுகளை அழித்து சீரமைத்து ஊரை உருவாக்கினர். அதன்பின் அவர்கள் மலை அடிவாரத்தை ஒட்டிய 'டானா' என்ற பகுதியில் கோட்டை அமைத்து வாழ்ந்து வந்தனர். அன்று முதல் அப்பகுதி 'ஊத்துமலை பாளையம்' என்றே வழங்கப்பட்டது. கிழக்கே கங்கை கொண்டான் முதல் மேற்கே தென்காசி வரையிலும், வடகிழக்கே சங்கரன்கோவில் வரையிலும் ஊத்துமலை பாளைய எல்லை விரிந்து காணப்பட்டது.

ஊத்துமலை பாளையத்தின் தொன்மை

இப்பாளையம் தோற்றிய காலம் குறித்து அறிந்து கொள்ள ஆதாரப்பூர்வமான போதிய வரலாற்று ஆவணங்கள் இல்லை என்றாலும், கிடைக்கப்பெற்றுள்ள வரலாற்றுக் குறிப்புகளில் இருந்து, இப்பாளையத் தோற்றம் பழமையானது என்பதை அறியமுடிகிறது.

- பதிப்பிக்கப்படாத ஓலைச்சுவடியில் உள்ள 'வடகரை ஆதிக்கம்' வரலாற்றின்படி ராமநாதபுரத்திலிருந்து வடகரைக்கு மறவர்கள் குடிபெயர்ந்தது பன்னிரண்டாம் நூற்றாண்டில் என அறியலாகிறது.
- பன்னிரண்டாம் நூற்றாண்டின் பாண்டியர்களோடு மரபு உரிமை பற்றிய தகராறில் கொண்டையம்கோட்டை மறவர்கள் பங்கேற்றது பற்றி 'குலவம்சம்' பேசுகிறது.
- 1922 இல் நவநீதக் கிருஷ்ண மருதப்பத்தேவர் திருநெல்வேலி சிவில் நீதிமன்றத்தில் சமர்ப்பித்த ஓலைச்சுவடிகளின்படி இராமநாதபும் பகுதியிலிருந்த ஊத்துமலைக்குப் பதினோராம் நூற்றாண்டில் புலம் பெயர்ந்ததாக அறியப்படுகிறது.
- கொல்லம் ஆண்டு 348 ல் (ஆங்கில ஆண்டு 1173) சீலவமாறபாண்டியனால் இயற்றப்பட்ட சங்கரநாராயணசாமி கோயில் புராணத்தில், சங்கரன்கோவில் ஆடித்தபசு மண்டபத்தை ஏற்படுத்தியது ஊத்துமலை மன்னன் மருதப்ப வள்ளல் என்று குறிப்பிடப்பட்டுள்ளது.

இவ்வாதரங்களை நோக்கும்போது, ஊத்துமலை பாளையம் பதினோராம் அல்லது பன்னிரண்டாம் நூற்றாண்டில் தோன்றி இருக்கலாம் என்று கருதப்படுகிறது.

பாளையம்

பாளையம் என்பதற்குச், 'சேனை, கூடாரம், படை, குறுநில மன்னர் ஊர், பாசறை, பாளையப்பட்டு' என்று பல பொருள்களைக் கழகத் தமிழ் அகராதி (ப.611) தருகிறது. மேலும் பாளையப்பட்டு என்பதற்குப் 'பாளையக்காரர்களுக்கு விடப்பட்ட சிற்றூர்த் தொகுதி என்ற விளக்கமும் தருகிறது. (ப.611) பாளையப்பட்டு என்பதை 'பாளையம்' என்றும் கூறுவர். அரசனுடைய சேனை நாடு முழுவதிலும் அங்கங்கே காவற்படைகளாகவும், 'கடகம்' என்றழைக்கப்பட்ட வீரர் குடியிருப்புகளாகவும் இருந்து வந்தது. இதற்குப் 'பாளையம்' என்ற பெயர் வழங்கப்பட்டது. இப்பாளைய கோட்டைகள் பீரங்கிக் குண்டுகளைத் தாக்குப்பிடிக்கும் அளவிற்குக் களிமண், பனை ஓலை, வைக்கோல் ஆகியவற்றை நன்றாகக் குழைத்து, நல்ல அகலமாக சுமார் 4 அடி அகலத்தில் கட்டப்பட்டது. உள்கோட்டை கட்டும் போது

இவற்றோடு பதனீர் விட்டுக் குழைத்துக் கட்டினர். இதனால் பீரங்கிக் குண்டுகள் பாயும் போது, அதில் சிதறி வெளியேற முடியாதபடி குண்டுகள் அனைத்தும் சுவருக்குள்ளேயே இருந்து விடுகிறது. எதிரிகளிடம் இருந்து தம்மைப் பாதுகாத்துக் கொள்ள இந்த மாதிரியான கோட்டைகளைப் பாளைக்காரர்கள் அமைத்தனர்.

ஊத்துமலை பாளைய கோட்டைகள்

பாளையக்காரர்கள் போர் முறைகளை எளிதில் கையாளுவதற்காகத் தங்கள் கோட்டைகளைச் சமவெளிப்பகுதிகளிலும், குன்றுகளின் ஓரங்களிலும் அமைத்தனர். பகைவர் தமது கோட்டைகளை எளிதில் நெருங்க முடியாதபடி சுற்றிலும் வேலிகளையும், காடுகளையும் அமைத்தனர். இயல்பிலேயே 'ஊத்துமலை' காடுகள் நிறைந்த பகுதியாகவும், மலை அடிவாரமாகவும் இருந்ததால் 'டானா' என்ற இடத்தின் வடக்குப் பகுதியில் தங்கள் முதல் கோட்டையை அமைத்தனர். இரண்டாவது கோட்டை ஊத்துமலை ஊருக்கு வடக்கே உள்ள 'வையந்தொழுவான் பாறை' என்ற இடத்தில் இவர்கள் அமைத்தனர். இதற்கு ஒரு காரணம் கூறப்படுகிறது.

ஒரு முறை ஊத்துமலை மன்னர் அந்தப் பகுதியில் வேட்டைக்கு வந்த போது அங்கு சீறி நின்ற நாகத்தை ஒரு சிறு முயல் விரட்டும் அதிசயம் கண்டு வியந்தார். அவருக்கு அந்த மண் வீரம் செறிந்தது என்ற உண்மை புரிந்தது. அப்பகுதி கிளை இல்லாத மறவர் சீமையாகத் திகழ்ந்தது. அப்போதே அந்த பூமியைத் தலைநகராகக் கொண்டு ஆள முடிவு எடுத்து, அப்பகுதியை வெல்ல ஒற்றர்களை அனுப்பி தகவல் சேகரித்தார். அருகில் உள்ள கிராமத்திலிருந்து வையந்தொழுவான் அரண்மனைக்குத் தினமும் பால் கொடுத்து வந்த ஒரு பெண் மூலம் ஒரு தகவல் கிடைத்தது. புதன், சனிக்கிழமைகளில் மன்னர் உடல் முழுவதும் எண்ணெய்த் தேய்த்துக் கொண்டு உறங்குவார் என்றும் அப்போது படையெடுத்தால் அவரை வென்றிடலாம் என்றும் ஒரு குறிப்பு கிடைத்தது. அதேபோல மன்னனை வென்று அங்கே தன் ஆட்சியை நிலைநாட்டினார். தோற்றுப்போன மன்னன், தன் தோல்விக்குக் காரணமான பெண் வாழ்ந்த ஊர் ஏழேழு ஜென்மத்துக்கும் அழியட்டும் என்று சாபமிட்டார். அதனால் இப்போதும் அந்த ஊர் (நொச்சி குளம் என்று சொல்லப்படுகிறது) வளர்ச்சி இன்றி காணப்படுகிறதாம். 'வையந்தொழுவான் பாறை கோட்டை' ஊத்துமலை – சங்கரன்கோவில் செல்லும் பாதையில், ஒரு பர்லாங்குத் தொலைவில் அமைந்திருந்தது. "இன்றைய நாளில் நத்தத்திவளை என்று

சொல்லப்படுகிற அப்பகுதி விவசாய விளைநிலமாக மாறிய நிலையில், உழும்போது கோட்டை இருந்ததற்கான அடையாளப் பொருள்கள் காணப்பட்டன. ஆதலால், அதன் அருகில் உள்ள ‘அகரம்’ சிவகாமியம்மன் கோவிலை அரசு எடுத்து, இந்து அறநிலைத் துறையினரிடம் ஒப்படைத்துள்ளது” என்ற தகவலை ஊத்துமலை இராமகிருஷ்ணன் (நூலாசிரியரிடம்) பகிர்ந்து கொண்டார்.

ஊரின் வடக்கே அமைந்துள்ள (வையந்தொழுவான்) பாறை.

பட்டம்

எட்டயபுரத்து அரசர்கள் எட்டப்பன் என்ற பொதுப்பெயராலும், இராமநாதபுரத்து அரசர்கள் சேதுபதி என்ற பொது பெயராலும் அழைக்கப்படுவதைப் போல ஊற்றுமலை மன்னர்கள் ‘மருதப்பன்’ என்ற பொதுப்பெயரால் அழைக்கப்பட்டனர். மருதப்பன் என்பது திருப்புடை மருதூர் இறைவனின் பெயர். மருதப்பத்தேவரின் வம்சா வழியை உற்று நோக்கினால், ஸ்ரீவல்லப மாற மருதப்பத் தேவர் - பூசை மருதப்பத் தேவர் - ஸ்ரீவல்லப மாற மருதப்பத் தேவர் , பலபத்திர மாற மருதப்பத் தேவர், நவநீத கிருஷ்ண மருதப்பத் தேவர் - வேங்கல மருதப்பத் தேவர் - பாலபத்திர மருதப்பத் தேவர் - பாண்டிய மருதப்பத்தேவர் - சொர்ண மருதப்பத் தேவர் என அவர்கள் பெயர்களில் ‘மருதப்பர்’ என்ற பட்டம் அமைந்துள்ளதை அறியமுடிகிறது.

மன்னர் சேதுபதிக்கு மரியாதை

மதுரை பாண்டிய மன்னர்களின் வீழ்ச்சிக்குப் பிறகும் சேதுபதிகளின் முந்தைய மேலாதிக்கம் தொடர்ந்தது. மதுரை நாயக்க மன்னர் முத்துகிருஷ்ணப்ப நாயக்கரும் கூட, முந்தைய பாண்டிய அரசின் அரசுரிமை பெற்ற மறவர் சீமையின் வாரிசுதாரர்களாக அவர்களை ஏற்றுக்கொண்டு உறுதிப்படுத்த வேண்டிய கட்டாயம் ஏற்பட்டது. சேதுபதிகளின் ஆட்சியின் கீழ் மறவர் கிராமங்கள் முழுமையும் மறவர் தலைவர்களுக்கே சொந்தமாக இருந்தன. சேதுபதி மன்னர் கேட்கும்போதெல்லாம் ஒரு குறிப்பிட்ட எண்ணிக்கையிலான ராணுவ வீரர்களை அக்கிராமங்கள் அனுப்பி வைக்க வேண்டும் என்கிற ஒரே ஒரு நிபந்தனை மட்டும் இருந்தது. ஒவ்வொரு மறவரும் போர் வீரராகவே இருந்தனர். அவர்களில் ஒரு சிலர் மட்டுமே நிலங்களில் பாடுபட்டனர். இந்த வீரர்கள் தங்கள் கிராமத்தில் காவலர்களாக இருந்தனர். தலைவர்களின் போர்க்காலங்களில் பங்கேற்றும் கோட்டைகளைக் காத்தும் தங்கள் தலைவருக்கு ஆதரவாகப் போரில் உதவினர். மறவர்கள் முதலாவதாகத் தங்களின் கிராமத் தலைவருக்கே கட்டுப்பட்டவராக இருந்தனர். அவரே அவர்களைப் பாதுகாப்பவராகவும் ஆள்பவராகவும் இருந்தார். அச்சமூக முழுமையின் ஏற்றுக் கொள்ளப்பட்ட தலைவராகச் சேதுபதி, மறவர்களின் அன்பையும் மரியாதையையும் பெற்றிருந்தார். எனவேதான் மிகக் குறுகிய கால அவகாசத்தில் கூட முப்பதாயிரம், நாற்பதாயிரம் படை வீரர்களைச் சேதுபதியால் திரட்ட முடிந்தது.

மறவர்கள் எந்தப் பிரதேசத்தில் வாழ்ந்தாலும் தங்கள் தலைவர் எனும் மரியாதையை மன்னர் சேதுபதிக்கே அளித்து வந்தனர் என்பதை 'மறப்பாட்டு' சொல்கிறது. மறவர் மக்களிடம் அவர்களது ஒப்பற்ற ஒரே தலைவர் என்ற முறையில் சேதுபதி மன்னரிடம் அவர்களுக்கு மட்டற்ற மரியாதையும் அன்பும் இருந்தன. மன்னர் சமூகம் முன் தஞ்சை பாளையக்கக்காரர்கள் கை கூப்பி பணிவுடன் நிற்க, இதர ஜாதி பாளையக்காரர்கள் வீழ்ந்து சாஸ்டாங்கம் செய்ய, "எட்டையாபுரம், ஊத்துமலை, சுரண்டை, சிவகிரி, சேத்தூர், தலைவன்கோட்டை பாளையக்காரர்கள், இத்தகைய பாவனைகள் எதுவுமின்றி சேதுபதி முன்னர் பணிவுடன் நின்று வந்தனர்" என்ற செய்தியை எஸ்.எம். கமாலின் சேதுபதிகளின் சரித்திரம் எடுத்துரைக்கிறது.

குலப் பெருமை

ஊத்துமலை ஜமீன்தார்கள் மறவர்குலத்தில் கொண்டையங்கோட்டைப் பிரிவைச் சேர்ந்தவர்கள். மறவர் குலம் என்பது தமிழகத்தில் வாழும் தேவர் எனும் சாதிய அமைப்பின் ஒரு பிரிவு. மறவர், கள்ளர், அகமுடையார் ஆகிய மூன்று பிரிவினரும் சேர்ந்து முக்குலத்தோர் எனப்படுவர். தமிழகத்தின் தொன்மையான போர்க்குடியினர் மறவர் குலத்தோர். தமிழகத்தில் மறவர், பிரமலைக் கள்ளர், அம்பலக்காரர், சேர்வை, ஆப்பனாடு கொண்டையைங் கோட்டை மறவர், அம்பலக்காரர் (சூரியனூர்), கந்தர்வக்கோட்டை கள்ளர், கூட்டப்பால் கள்ளர், பெரிய சூரியர் கள்ளர், செம்மநாடு மறவர் உள்ளிட்ட சீர்மரபினர் வசிக்கின்றனர்.

பாண்டியருடன் தொடர்பு

குறும்பர்களின் தொல்லையை அடக்கி காடுகளை அழித்து நாடுகளாக்கிய ஊத்துமலை மன்னர்கள், பின்பு தம்மை எதிர்த்து தாக்க வந்த கொள்ளையர்களை அழித்து பாண்டியனைப் பல பிரச்சனைகளில் இருந்து காத்தனர். இதனால், இவர்கள் தலைவனுக்குப் புலிகொடி, மீனக்கொடி, வளரிக்கொடி (இந்திரகொடி) கொடுத்து சாமரம், வெண்கொற்ற கொடை, முத்து பள்ளாக்கு அளித்து 'பாண்டியன்' என்றப் பட்டத்தையும் பாண்டியர் வழங்கினர். வல்லப மகாராஜா (1534-1543) தென்காசியைத் தலைநகராகக் கொண்டு ஆண்டபோது, அவர் நடத்திய நவராத்திரி விழாவிற்கு ஊத்துமலை மன்னரான சொர்ண மருதப்பத் தேவர் வந்து சிறப்பு செய்தார். பாண்டியன் அரண்மனையில் தசரா விழா நடந்து கொண்டிருந்தது. அந்தச் சமயத்தில் மல்யுத்தம், கிடா சண்டை, குதிரை சண்டை, காளை சண்டை போன்ற வீரதீர செயல்கள் நடைபெற்றன. இதன் பொருட்டு சண்டையிடுவதற்காக இரண்டு மதம் பிடித்த யானைகள் அழைத்து வரப்பட்டன. அதில் ஒரு யானை தப்பிச் சென்று வீதியில் தென்படும் மக்களை எல்லாம் தூக்கி வீசி காலால் மிதித்துக் கொல்ல முயன்றது. அவ்வேளையில் ஊத்துமலை மன்னர் அங்கு வந்து தைரியமாக யானையை அடக்கினார். இதை அறிந்த பாண்டிய மன்னன் அவருக்கு 'கமுக்கம் அடக்கி பிடவல்ல மாற சொர்ண கன மருதப்பத் தேவர்' என்ற பட்டமும் ஏராளமான பரிசுகளையும் வழங்கி வழியனுப்பி வைத்தார் என்று (மருதப்பத்தேவர் வம்சாவழியில்) கூறப்படுகிறது. தென்காசியைத் தலைநகராகக் கொண்டு ஆட்சி செய்த பாண்டிய மன்னன் சடையவர்மன்

பராக்கிரம பாண்டியனுக்கும் ஊத்துமலை பாளையக்காரர்கள் உதவியுள்ளனர். ஊத்துமலையில் கட்டப்பட்ட கோட்டைக்குப் பஞ்ச பாண்டியர்களில் ஒருவரான மாறவர்மன் பெயர் சூட்டப்பட்டது.

பாளையப்பட்டு முறை அறிமுகம்

14ம் நூற்றாண்டின் ஆரம்ப காலத்தில் (1320-1323) பாண்டிய மன்னர்களுக்குள் உள்நாட்டுப் போரைத் தனக்குச் சாதகமாகப் பயன்படுத்திக் கொண்ட இசுலாமியர்கள் தமிழகத்தின் மீது தங்களது கவனத்தைச் செலுத்த ஆரம்பித்தனர். இவ்வாறு தோன்றிய மதுரை சுல்தானியர்கள் இங்குள்ள இந்துகளைக் கொடுமைப்படுத்தி மதம் மாற்றும் முயற்சியில் ஈடுபட்டதால் மக்கள் துன்பத்திற்கு ஆளானார்கள். புரட்சிகளும், பஞ்சங்களும் நாட்டில் அமைதியின்மையை ஏற்படுத்தின. இந்தச் சூழ்நிலையில் 1371 ல் விஜய நகரப் பேரரசரால் மதுரை கைப்பற்றப்பட்டு, விஜய நகரப் பேரரசின் ஆட்சி மதுரையில் நிறுவப்பட்டது. இதனைத் தொடர்ந்து ஆட்சி நடத்திய விஜய நகரப் பேரரசு தோப்பூர் 1616 போருக்குப் பின்னால் தனது வலிமையை இழக்கத் தொடங்கியது. ஏற்கனவே விஜய நகரப் பேரரசின் கீழ்ப் பணிபுரிந்த நாயக்கர்கள் மதுரையைத் தங்களின் சுதந்திர அரசாக அறிவித்தன. இச்சூழ்நிலையில் நாட்டின் பல்வேறு பகுதிகளில் தலைவர்கள் பலர் தோன்றி ஆங்காங்கே அமைதியை நிலைநாட்டினர். சிலர் பேரரசிற்குத் துணை நின்றனர்.

நாளடைவில் அரசு நலிவடையவே இவர்களின் ஆதிக்கம் மேலோங்கியது. சிறிய நிலப்பகுதிகளை ஆட்சி புரிந்து வந்த இவர்களைப் பாளையக்காரர்கள் என வரலாறு குறிப்பிடுகிறது. தமிழகத்தில் ஆங்காங்கே சிதறிக் காணப்பட்ட பாளையக்காரர்கள் தமிழ், தெலுங்கு, கன்னடம் என மூன்று பிரிவுகளாகப் பிரிக்கப்பட்டனர். இவர்கள் நாயக்கர்களுக்கு உறுதுணையாய் இருந்தனர். விஜய நகரப் பேரரசின் தளபதியாகவும், ஆளுநராகவும் மதுரையில் செயல்பட்டு வந்த விஸ்வநாத நாயக்கர் முதல் முறையாக இப்பாளைய முறையை அங்கீகரித்தார். இவர் தனது ஆட்சிகாலத்தில் தமிழ்நாட்டில் காணப்பட்ட பாஞ்சாலங்குறிச்சி, சிவகங்கை, எட்டயபுரம் உட்பட எழுபத்திரண்டு பாளையங்களை அங்கீகரித்தார் எனச் சான்றுகள் தெளிவுப்படுத்துகின்றன.

தமிழ்நாட்டில் மொத்தம் உள்ள 72 பாளையங்களில் பிரிக்கப்படாத நெல்லைச் சீமையில் 18 பாளையங்கள் இருந்தன.

இந்த 18 பாளையங்கள் உருவாக்கப்பட்ட பாளையங்கள் என்றும், தானாக உருவான பாளையங்கள் என்றும் இருவகைப்படும். ஒருங்கிணைந்த நெல்லை மாவட்டத்தின் மேற்குப் பகுதியில் மறவர் பாளையமும், கிழக்குப் பகுதியில் நாயக்கர் பாளையமும் சிறப்புற்று விளங்கின. மதுரையை ஆட்சி செய்து வந்த நாயக்கர் தானே உருவான பாளையங்களை அங்கீகரித்து ஏற்றுக் கொண்டார். அந்த வரிசையில் ஊத்துமலை பாளையமும் ஒன்று.

பாளையக்காரர் முறையைப் புகுத்தியதற்கான காரணங்கள்

பரந்து விரிந்த நாயக்கர் ஆட்சிப் பகுதியில் அமைதியை நிலைநாட்டுவது அரசின் முக்கியப் பணியாக இருந்தது. வரிவசூல் செய்வது, அதனை அரசு கருவூலத்திற்கு அனுப்புவது முதலான பணிகளுக்கு அதிகார வலிமை பெற்றவர்கள் தேவைப்பட்டனர். உள்ளூர் நிர்வாகத்தைக் கவனிக்க ஓர் உள்ளாட்சி முறையும் தேவைப்பட்டது. இராணுவப் பளுவைப் பரவலாக்கவும் ஓர் அமைப்பு தேவைப்பட்டது. இத்தகைய அரசியல் நிர்வாக, இராணுவ நோக்கங்களை நிறைவேற்ற உருவாக்கப்பட்டதே பாளையக்காரர் முறை.

பாளையக்காரர்களின் பணி

பொதுவாகப் பாளையக்காரர்கள் விவசாய வளர்ச்சிக்கு அதிக அக்கறை காட்டினர். இவர்கள் நிலங்களைப் பள்ளர்களின் துணை கொண்டு பயிரிட்டனர். ஒரு குறிப்பிட்ட அளவு அரிசி ஊதியமாக இவர்களுக்கு அளிக்கப்பட்டது. அக்காலத்து பாளையங்களின் பெரும்பான்மையும் மலைப்பகுதிகளில் காணப்பட்டன. இவைகள் காடுகளாலும் மலைகளாலும் சூழந்து காணப்பட்டன. அதிக அதிகாரங்களைப் பெற்று திகழ்ந்த இவர்கள் சிற்றரசர்கள் போல் விளங்கினர். படை, போலீஸ் ஆகியவற்றைக் கொண்டிருந்த இவர்கள் பாளையங்களின் நிர்வாகத்தைக் கவனித்து வந்தனர். வருமானத்தில் மூன்றில் ஒரு பங்கு நாயக்கர்களுக்குக் கப்பமாகச் செலுத்தப்பட்டு வந்தன. கலாச்சார, பொருளாதார வளர்ச்சிக்காகவும் இவர்கள் பாடுபட்டனர். அக்காலத்தில் தமிழகத்தில் காணப்பட்ட பாளையக்காரர்கள் இடைக்காலத்தில் ஐரோப்பாவில் காணப்பட்ட நிலமானியப் பிரபுக்கள் போன்றும், இந்தியாவில் காணப்பட்ட ஜாகிர்தார், ஜமீன்தார் போன்றும் காணப்பட்டனர்.

பாளையங்களுக்குள் ஒற்றுமை

பாளையங்களுக்குள் ஒற்றுமையின்மையும், போட்டி பூசல்களும் நிலவிய காலகட்டத்தில் சிவகிரி, வடகரை, ஊத்துமலை ஆகிய பாளையக்காரர்கள் மூவரும் ஒற்றுமையாக இருந்தார்கள். அவர்கள் மூவரும் ஒன்றுபோல் பேசுவர். மக்களும் எவ்வித பேதமுமின்றி அமைதியாக வாழ்ந்தனர். அச்சமயத்தில் நான்கு திசைகளில் இருந்து வந்த ஒற்றர்கள், குறும்பர்களின் தொல்லை நான்கு திசையிலும் அதிகரித்து விட்டதாகக் கூற, மூவரும் கூட்டாகச் சென்று விரட்டி அடித்ததாகக் கூறப்படுகிறது. குறிப்பாக, வடகரை ஜமீன் பெரியசுவாமி தேவரின் மனதுக்கு இனியவராகவும், மைத்துனன் என்று அவரால் அழைக்கப்படுபவருமான வரகுணராமன், புலிக்கொடியேந்தியவனும், ரவிகுலத்தைச் சேர்ந்தவனுமான ஊத்துமலை மருதப்பர் முன்னிலையில் அது நடந்ததாகக் சொல்லப்படுகிறது.

ஊற்றுமலையாருக்கு உதவிய வடகரையார்

வடகரை பாளையம் என்றழைக்கப்படும் சொக்கம்பட்டியில் பெரியசாமிச் சின்னணைஞ்சாத் தேவர் தலைமை வகித்து வந்த காலத்தில் (1660- 1721) வடகரையாரின் நண்பராகிய சேற்றூராருக்குத் தென்மலையென்னும் சிவகிரியார் பல இடையூறுகளை விளைவித்தார். அவருக்கு ஊற்றுமலையார் உதவிகள் புரிந்து வந்தார். அவ்வேளையில் வடகரை தானாதிபதியாக இருந்த பொன்னம்பலம்பிள்ளை பல படையுடன் சேற்றூராருக்கு உதவியாக நின்று தென்மலையாரை வென்றார். இதனால் தென்மலையும் அதற்கு உதவியாக நின்ற ஊற்றுமலையும் தம்முடைய நிலையிற் குலைந்தன. ஊற்றுமலையார் அப்பகைவர் கையில் அகப்பட்டு வஞ்சகமாகக் கொல்லப்படார். ஆதலால் அவர் மனைவி பூசைத்தாயார் தம் இரு குழந்தைகளான மருதப்பதேவர், சீவலவத்தேவரை அழைத்துக்கொண்டு தென்காசியை அடைந்து அங்கு வசித்து வந்தனர். அவர்கள் துன்பத்தில் தவித்தனர். ஒருநாள் குழந்தைகளான சீவலப்பத்தேவர் மற்றும் மருதப்பத்தேவர் ஏக்கத்தோடு 'நமது பூர்வீக ராஜாங்கம் எப்போதம்மா கிடைக்கும்?' என ஏக்கத்தோடு கேட்டனர். அதற்குப் பூசைத்தாயர் வடகரை தானாதிபதியார் பொன்னம்பலம் பிள்ளை மனசு வைத்தால் முடியும் எனக் கூற, உடனே சீவலப்பத்தேவர் தென்காசியிலிருந்து புறப்பட்டுச் சொக்கம்பட்டிக்கு வந்து பொன்னம்பலம் பிள்ளையைச் சந்திக்கிறார். சீவலவத் தேவர் தாம் இன்னாரென்பதைப் பிள்ளைக்கு அறிவித்தார்.

ஊற்றுமலை ராணி நன்றாகப் படித்தவரென்பதை முன்னரே பொன்னம்பலம் பிள்ளை அறிந்திருந்தார். அவ்வம்மையாருக்கு இரண்டு இளங்குழந்தைகள் இருப்பதையும் கேள்வியுற்றிருந்தார். ஆதலின் சீவலவதேவர் இன்னரென்று தெரிந்தவுடன் அவருக்குத் திடுக்கிட்டது. அவர், 'இங்கே யாரேனும் உம்மை இன்னாரென்று தெரிந்து கொண்டால் உம்முடைய தலை தப்பாதே!' என்று அஞ்சினார். 'ஆண்டவன் திருவருளின்படியே எல்லாம் நடைபெறும்' என்றார் இளைஞர். அவ்விளைஞர் காட்டிய பணிவு பொன்னம்பலம் பிள்ளைக்கு இரக்கத்தை ஏற்படுத்தியது. அப்பொழுதே, 'இவர்களைப் பழைய நிலையில் வைத்துப் பார்க்கவேண்டும்' என்ற உறுதி கொண்டார்.

இதற்கிடையில் சின்னணைஞ்சாத் தேவர் பொன்னம்பலம் பிள்ளையை அழைத்ததால் பிள்ளை அரண்மனைக்குச் சென்றார். பொன்னம்பலம் பிள்ளை தம்முடைய தலைவராகிய சின்னணைஞ்சாத் தேவரிடம் அவர் அழைத்த விஷயமாகப் பேசிக்கொண்டிருக்கையில், 'நம்மால் அழிக்கப்பட்ட ஊற்றுமலையார் வேறு சிலருடைய உதவியை நாடிக்கொண்டிருப்பதாகத் தெரிகிறது. இப்போது அந்தப் பரம்பரையில் இரண்டு இளைஞர்களே இருக்கிறார்கள். நமக்கும் அவர்களுக்கும் நேரே பகைமையில்லை. சமூகத்துக்குப் பரம்பரையாக அவர்கள் உறவினர்களல்லவா? சேற்றூராருக்கும் தென்மலையாருக்குமே பகை. சேற்றூராருக்கு நாம் உதவி செய்தோம் தென்மலையாருக்கு அவர்கள் உதவி செய்தார்கள். அங்ஙனம் உதவி செய்த மன்னரும் இப்போது இல்லை. ஊற்றுமலை பாளையம் தமிழ்ப்புலவர்களை ஆதரித்துக் காப்பாற்றும் புகழையுடையது. அதன் அழிவுக்கு நாமே காரணமாக இருந்தோம். இப்போது மீண்டும் அந்த பாளையத்தை நாமே நிலை நிறுத்தினால் நமக்கு அளவற்ற புகழ் உண்டாகும், அநாவசியமான பகையுணர்ச்சியும் இல்லாமற்போம்! என்றார். அதற்கு, சின்னணைஞ்சாத் தேவர் 'நீர் எப்படி செய்தாலும் நமக்குச் சம்மதமே! என்று கூறினார். பொன்னம்பலம் பிள்ளை உடனே தென்காசிக்குப் பல்லக்கு அனுப்பிப் பூசைத்தாயாரையும் மருதப்பத் தேவரையும் வருவித்தார். தமிழ்ப்புலமையையுடைய பூசைத்தாயாரைச் சந்தித்தபோது பொன்னம்பலம் பிள்ளைக்கு அளவற்ற வருத்தம் உண்டாயிற்று. 'இவ்வளவு சிறந்த அறிவுடைய இவரை இந்நிலைக்கு உள்ளாக்கியதற்கு நாமல்லவோ காரணம்!' என்று இரங்கினார். அதன்பின் பூசைத்தாயாருக்கும் அவர் பிள்ளைகளுக்குத் தக்க வசதி அமைக்கப்பட்டது.

பொன்னம்பலம்பிள்ளை ஏவலாளர்களுடன் ஊற்றுமலை சென்று அங்கே பழுதுபட்டிருந்த கோட்டை, அரண்மனை முதலியவற்றைச் செப்பஞ் செய்வித்தார். பிறகு நல்ல லக்கினத்தில் கிருகப்பிரவேசம் நடத்த ஏற்பாடு செய்து, வடகரையிலிருந்து பல்லக்கில் ஊற்றுமலை ராணியையும் இரண்டு குமாரர்களையும் வருவித்தார். கிரகப்பிரவேசம் மிகவும் விமரிசையாக நடந்தது. நல்ல வேளையில் தமக்குரிய நிலையைப் பெற்று அவர்கள் மகிழ்ந்தார்கள்.

விடுதலைப் போராட்ட வரலாறு

இந்திய விடுதலை போராட்ட வரலாற்றை நோக்கினால் 1857 ல் நடைபெற்ற சிப்பாய்க் கலகத்தையே விடுதலைப் போராட்டத்தின் தொடக்க காலம் என்று வருணிப்பர். ஆனால் அதற்கு நூறு ஆண்டுகளுக்கு முன்னரே ஆங்கில கிழக்கிந்திய கம்பெனியாரை எதிர்த்து போர்க்கொடித் தூக்கிய பாளையக்காரர்களின் புரட்சியே விடுதலைப் போராட்டத்திற்கு வித்திட்டது என்றால் அது மிகையாகாது. "வரலாற்றில் சிறிதளவே கூறப்பெற்றுள்ள தென்னாட்டுப் பாளையக்காரர்கள், பிரிட்டிஷ் ஆட்சிக்கு அச்சமில்லாமல் எதிர்ப்புத் தெரிவித்தார்கள். 1857 புரட்சிக்கு முந்திய கால கட்டத்தில் இவர்களைப்போல் கிழக்கிந்திய கம்பெனி ஆட்சிக்கு எதிர்ப்பைப் பெரிய அளவில் விளைவித்தவர்கள் வேறு எவருமில்லர்." என்று 'இந்திய நாட்டின் உட்பூசல்கள்' என்ற நூலில் சசிபூசன் சௌத்திரி குறிப்பிட்டிருப்பதாய் இராசையா எடுத்துரைக்கிறார்.

1750 ல் ஆற்காடு நவாபுக்கும் ஆங்கில கம்பெனியாருக்கும் இடையே ஏற்பட்ட கர்நாடக உடன்படிக்கையின் மூலம் கும்பினியரே நேரடியாக வரிவசூலிக்கும் உரிமையைப் பெற்றனர். வரி வசூலிக்க ஆட்சியாளர்களை நியமித்தனர். ஆனால் பாளையக்காரர்கள் ஆங்கிலேயருக்கு அடிபணிந்து பணிபுரிய விரும்பவில்லை. ஆங்கிலேயர்களின் கொள்கைகள் பாளையக்கார்களின் நலன்களைப் பெருமளவில் பாதித்தன. ஆங்கிலேயர்கள் பாளையக்காரர்கள் வசம் இருந்த பல்வேறு இடங்களை ஆக்கிரமித்தனர். இதனால் ஆத்திரமடைந்த பாளையக்காரர்கள் ஆங்கிலேயர்களின் அரசின் ஆதிக்கத்தை வன்மையாக எதிர்த்தனர். இதன் விளைவாகப் பல புரட்சிகளும், கலகங்களும் தமிழ் நாட்டில் தோன்றின. இதனால் ஆங்கிலேயர்களைத் தமிழகத்திலிருந்து விரட்டுவதற்குத் தக்க தருணத்தை எதிர்பார்த்து பாளையக்காரர்கள் காத்துக் கொண்டிருந்தனர்.

பூலித்தேவன் கூட்டணியில் ஊத்துமலை

ஆங்கிலேய ஆட்சியைத் தமிழகத்தில் இருந்து முதலில் எதிர்த்தவர் என்ற சிறப்புப் பெற்றவர் பூலித்தேவர் ஆவார். வீரமும், தீரமும் நிறைந்த பூலித்தேவரைக் கண்டு ஆங்கிலேயர்கள் மிரண்டனர். இவர் திருநெல்வேலிக்கு அருகில் உள்ள நெற்கட்டுச் செவ்வல் என்ற பாளையத்தில் ஆதிக்கம் செய்து வந்தார். இவர் ஆங்கிலேயருக்கும், ஆற்காடு நவாப்புக்கும் கட்டுப்பட்டு கப்பம் கட்ட மறுத்ததோடு அவர்களைக் கடுமையாக எதிர்க்கவும் செய்தார். இதனால் ஆங்கிலேயப் படைகளும், நவாப்பின் படைகளும் பூலித்தேவரை முற்றுகையிட்டு தாக்கின. ஆனால் பூலித்தேவர் இதனைக் கண்டு அஞ்சாமல் அவர்களை எதிர்த்துப் போரிட்டார். வீரம் நிறைந்த பூலித்தேவர் இரண்டு படைகளையும் திருநெல்வேலியில் இருந்து ஓட, ஓட விரட்டி அடித்தார்.

கும்பினியரை விரட்டியடிக்கப் பாளையக்காரர்களை ஓரணியில் திரட்ட திட்டமிட்ட மாவீரன் பூலித்தேவன், எந்த நேரத்திலும் கும்பினியரால் தாக்குதல் ஏற்கூடும் என்று எண்ணி, ஒரு வலுவானக் கூட்டணியை உருவாக்க நினைத்தார். மேற்குப் பகுதியிலுள்ள மறவர் பாளையங்களான சேத்தூர், கொல்லங்கொண்டான், ஊத்துமலை உட்பட பல பாளையங்கள் அக்கூட்டணியில் இணைந்தன. "கும்பனியர் தக்கப் படை பலத்துடன் வந்து தாக்கக் கூடும் என்று பூலித்தேவன் உணர்ந்தார். கொல்லங்கொண்டான், சேத்தூர், சொக்கம்பட்டி, தலைவன்கோட்டை, ஊத்துமலை ஆகிய பாளையக்காரர்களை எல்லாம் ஓரணியில் சேர்த்து வலுவான ஒரு கூட்டணியை உருவாக்கினர்." என்று இராசையா குறிப்பிடுகிறார். இது 'முதலாவது மறவர்களின் கூட்டம்' என்று வர்ணிக்கப்பட்டது. பூலித்தேவன் தலைமையில் அமைக்கப்பட்ட ஐந்து கோட்டைகளுள் முக்கியமானது ஊத்துமலை கோட்டை.

பூலித்தேவனுக்கு உதவி

கான்சாகிப் திருநெல்வேலிக்கு வருகிறான் என்பதை அறிந்த பூலித்தேவன், ஊத்துமலை உள்ளிட்ட எல்லா பாளையக்காரர்களையும் உசார்ப்படுத்தினான். கான்சாகிப்புடன் நடந்த போரில் பூலித்தேவனுக்கு ஊத்துமலை பாளையக்காரர் நேரடியாக சில உதவிகளைச் செய்தார். பூலித்தேவனின் புரட்சி அணியில் இருந்த ஊத்துமலை பாளையக்காரரின் படைவீரர்கள் நல்ல போர்ப்பயிற்சி பெற்றிருந்தனர்.

இதனால் பூலித்தேவனுடன் இணைந்து கான்சாகிப்பை எதிர்ப்பதில் முனைப்புக்காட்டினர்.

"திருநெல்வேலிக்கு மேற்கு இருபது மைல் தூரத்திலிருக்கும் ஆழ்வார்குறிச்சியையும் அதிலுள்ள மண்கோட்டையையும், அதன் மேல் வைக்கப்பட்டிருந்த மூன்று பீரங்கிகளையும், அவ்வூரைக்காத்துக் கொண்டிருந்த 150 சைனியங்களையும், மேற்பார்வையில் வைத்துக் கொள்ளும்படி அழகப்ப முதலியார் அதிகாரம் பெற்றிருந்தார். இவர் குத்தகைதாரருக்கு உறவினர். இந்நிலையில் பூலித்தேவன் கூட்டணியினர் அக்கோட்டையை அழித்துவிட்டு, அழகப்பமுதலியாரைப் பூலித்தேவனிடம் அனுப்பிவிட்டனர். இச்செய்தியை அறிந்த கான்சாகிப் 04.03.1757 அன்று இரவு தன் பக்கமுள்ள பாளையக்காரர்களை இணைத்துக்கொண்டு, பெரும்படையுடன் மறுநாள் காலை ஆழ்வார்குறிச்சியில் இருந்த பூலித்தேவனின் கூட்டணியருடன் பெரும் போர் நிகழ்த்தினான். இச்சண்டையில் ஊற்றுமலைப் பாளையக்காரருக்கு இரு கால்களும் துப்பாக்கிச் சூட்டால் முறிந்தன" என்ற தகவல் குருகுதாச பிள்ளை எழுதிய 'திருநெல்வேலி சீமை சரித்திரத்தில்' குறிப்பிடப்பட்டுள்ளது.

கும்பினியருக்கு ஆதரவு

பூலித்தேவன் மறைவுக்குப் பின் அவருக்கு ஆதரவாக இருந்த பாளையக்காரர்கள் யூசுப்கானுக்குப் பணிந்தனர். "புலித்தேவரின் வாசுதேவநல்லூர் கோட்டை நெற்கட்டும் செவ்வல் பாளையத்தை யூசுப்கான் கைப்பற்றியவுடன், மேற்குப் பாளையக்காரர்கள் பலர் தாமாகவே முன்வந்து யூசுப்கானிடம் சரணடைந்தார்கள்" என்று கே.வி.குணசேகரன் குறிப்பபிடுகிறார்.

யூசுப்கானின் மறைவுக்குப் பின், பாளையக்காரர்கள் ஆங்கிலேயருக்குப் பணிந்து செல்லவும் ஆதரவு தரவும் ஆரம்பித்தனர். அப்பாளையங்களுள் ஊத்துமலை பாளையமும் ஒன்று என்பதை வரலாற்று ஆவணங்கள் வழி அறிய முடிகிறது.

ஆயுதம் ஏந்திய பாஞ்சாலங்குறிச்சியின் ஆட்கள் சுமார் இருநூற்றுக்கும் மேற்பட்ட கூலியாட்களுடன் எட்டயபுரத்தைச் சேர்ந்த அச்சங்குளம் கிராமத்தில் கம்மங் கதிர்களை அறுத்துக் கொள்ளையிட்டுச் சென்றனர். இது தொடர்பாக எட்டப்ப நாயக்கன் 15.01.1799-ல் ஜாக்சனுக்குப் புகார் அனுப்பினான். **ஊத்துமலை** பாளையத்தில் கங்கைகொண்டான் வட்டத்திலுள்ள மணியகாரரை மிக

மோசமாக நடத்தி இரவு நேரத்தில் கால்நடைகளையும், அங்கிருந்த பொருட்களையும் கொள்ளையடித்ததுடன் பணம் கேட்டும் மிரட்டியுள்ளனர் என்று 13.06.1799-ல் **ஊத்துமலை** பாளையக்காரர் லூசிங்க்டனுக்குக் கடிதம் எழுதியுள்ளார். 05.08.1799-ல் சிவகிரி பாளையக்காரர் அனுப்பிய புகார், 07.08.1799-ல் **ஊத்துமலை** பாளையக்காரர் அனுப்பிய புகார் ஆகியவற்றில் கெட்டி பொம்முவின் தம்பி துரைசிங்கம், தானாபதி பிள்ளை ஆகியோருடன் கோலார்பட்டி, ஏழாயிரம்பண்ணை, அழகாபுரி, நாகலாபுரம், காடல்குடி, குளத்தூர், மணியாச்சி, மேலமந்தை, ஆத்தங்கரை, கடம்பூர் பாளையங்களைச் சேர்ந்தவர்களும் கொள்ளையடித்துள்ளனர் என்பதைக் குறிப்பிட்டு, எட்டயபுரம், **ஊத்துமலை**, சொக்கம்பட்டி, ஆவுடையாபுரம், தலைவன் கோட்டை ஆகிய கும்பினிய ஆதரவு பாளையக்காரர்களுக்குப் போதிய பாதுகாப்பு அளிக்கக்கோரி மேற்கண்ட கடிதங்கள் எழுதப்பட்டுள்ளன. இந்த வரலாறு J.F. KERANS - Some Account of the Panchalamkurichy polegar and the State of Tirnelvelly. என்ற நூலில் பதியப்பட்டுள்ளது.

கட்டபொம்மு நாயக்கருக்கு அவரைச் சுற்றியிருந்த மறவர், வன்னியர் பாளையக்காரர்கள் அனைவருமே எதிராக இருக்கிறார்கள். **ஊத்துமலை** ஜமீன்தாரும், சிவகிரி ஜமீன்தாரும் சுப்ரமணியபிள்ளை தலைமையில் தங்கள் நாடுகளில் கொள்ளையடிக்கும் பாஞ்சாலங்குறிச்சிக்காரர்களுக்கு எதிராகப் போராட வெள்ளையரை உதவிக்கு அழைத்து, அவர்களின் உதவிக்கொண்டு கட்டப்பொம்மு நாயக்கரை ஒடுக்குகின்றனர். இதன் விரிவான தகவல்கள் 1916ல் சென்னை ஆளுனரின் ஆணைக்கேற்ப நெல்லை ஆட்சியர் ஹெச்.ஆர்.பேட் தொகுத்தெழுதிய திருநெல்வேலி மாவட்ட ஆவணப்பதிவில் இடம்பெற்றுள்ளன.

திருநெல்வேலியைப்பற்றி அறிவதற்கான முதல் வரலாற்று நூலாக இருப்பது பிஷப் கால்டுவெல் எழுதிய திருநெல்வேலி சரித்திரம். இந்நூலில் சிவகிரி பாளையக்காரரின் மகன்களான மாப்பிள்ளை வன்னியன், சங்கரலிங்கம் பிள்ளை **ஊத்துமலை**யில் அடைக்கலம் புகுந்தமைக்குறித்தும், ஊத்துமலைக்காரரின் செயல்பாடுகள் திருப்தியாய் அமைந்தது குறித்தும் பவுனே கடிதம் எழுதியதைக் குறிப்பிட்டுள்ளார். (திருநெல்வேலி சரித்திரம், காவ்யா வெளியீடு. ப.266)

இவற்றை நோக்கும்போதும் பின் வந்த வரலாற்று நிகழ்வுகளைப் பார்க்கும் போதும் (1911ல் இங்கிலாந்தில் 5வது ஜார்ஜ் மற்றும் ராணி மேரி பதவி ஏற்பின்போது அவர்களை வாழ்த்தும் விதமாக,

வீரகேரளம்புதூரில் நினைவு வளைவு ஒன்று அமைத்து அதில் 'ஊத்துமலை ஜமீன் ராஜ பக்தியுள்ள பிரஜைகளால் இயற்றப்பட்டது' என்று தமிழிலும் ஆங்கிலத்திலும் கல்வெட்டு பொறித்துள்ளனர்) 1799ம் காலக்கட்டம் முதல் ஆங்கிலேயர் ஆட்சி முடிவுக்கு வரும் வரை இவ்வாதரவு தொடர்ந்தது என்பதை அறிய முடிகிறது.

ஊத்துமலை பாளையம் ஜமீனாக மாற்றம்

பாரசீக மொழியில் 'ஜமீன்' என்றால் நிலம். 'தாரர்கள்' என்றால் ஆளக்கூடியவர்கள் என்று பொருள்படுகிறது. இந்தப் பொருளில்தான், நிலத்தை ஆளக்கூடியவர்கள் 'ஜமீன்தார்கள்' என்று வரன்முறை செய்யப்பட்டனர். ஜமீன்தாரி முறை 18-ம் நூற்றாண்டின் பிற்பகுதியில் ஆங்கிலேயர்களால் அறிமுகம் செய்யப்பட்டது. 1801-ல் கர்நாடக ஒப்பந்தத்தின்படி தென்தமிழகம் முழுவதும் ஆங்கிலேயர் கைவசம் ஆயிற்று. அதுவரை இருந்த பாளையங்கள் அனைத்தும் 1802ல் ஜமீன்தாரி முறையாக மாற்றப்பட்டது. 1803 ஆம் ஆண்டு ஊத்துமலை பாளையம் ஜமீனாக மாற்றப்பட்டது. மதுரை, திருநெல்வேலிச் சீமைகளின் விளை நிலங்கள், பாசன வசதி, மண்ணின் விளைச்சல் திறன், வரிவிதிப்பு முறை ஆகியவைகளை ஆய்வு செய்யும் பணிகள் நடந்து கொண்டிருந்ததால், சிவகங்கை ஜமீன்தார் என்ற அதிகாரப் பூர்வமான சன்னது, படைமாத்தூர் கௌரி வல்லப உடையார்த் தேவருக்குக் கி.பி.1803-ல் வழங்கப்பட்டது. இந்த சன்னது 'மில்கி-யத்-இஸ்திமிரார்' எனப் பார்சி மொழியில் வழங்கப்பட்டது. அச்சன்னது படி வரன்முறைக்குள் கொண்டு வரப்பட்ட திருநெல்வேலி ஜமீன்களில் ஊத்துமலையும் ஒன்றாகும்.

1803 ஆம் ஆண்டு ஊத்துமலை பாளையம் ஜமீனாக மாற்றப்பட்டது. 1802 வரை இருந்த பாளையங்கள் அனைத்தும் ஜமீன்தாரி முறையாக மாற்றப்பட்டது. திருநெல்வேலி கலெக்டர் கச்சேரியில் 1803, ஜூலை மாதம் வழங்கப்பட்ட சன்னதுப்படி மதுரைச் சீமையில் உள்ள சாப்டூர், திருநெல்வேலிச் சீமை எட்டையாபுரம், ஊத்துமலை, சொக்கம்பட்டி, பாரியூர், தலைவன் கோட்டை, கடம்பூர், பனைவேலி, கொல்லாபட்டி, ஏழுமாடி, அழகாபுரி, நடுவன்குறிச்சி, மணியாச்சி, சுரண்டை, மேல்மாந்தை, ஆத்தங்கரை, சுண்டையூர், ஊர்க்காடு, சிங்கம்பட்டி, மன்னர் கோட்டை, ஆவுடையாபுரம், சாத்தூர், கொல்லங்கொண்டான் ஆகிய பாளையங்களும் ஜமீனாக மாற்றம் பெற்றன. இச்சன்னத்துப்படி வரன்முறைக்குள் கொண்டு வரப்பட்ட திருநெல்வேலி ஜமீன்களில் ஊத்துமலையும் ஒன்றாகும்.

திருநெல்வேலி ஜமீன்கள்

1. சிவகிரி- சங்கிலி வீரபாண்டிய வன்னியனார் (மறவர்இனம்)
2. சேத்தூர்- ராஜ ராம சேவுக பாண்டிய தேவர்
3. சிங்கம்பட்டி- நல்லகுட்டி தீர்த்தபதி
4. கொல்லங்கொண்டன்- வீரபுலி வாண்டாய தேவர்
5. கங்கைகொண்டன்- சிவதுரை சோழக தேவர்
6. சுரண்டை- வெள்ளைதுரை பாண்டிய தேவர்
7. ஊர்க்காடு- சேது ராம தலைவனார்
8. தெங்காஞ்சி- சீவல மாறன்
9. வடகரை- சின்னனஞ்சா தலைவனார்
10. திருக்கரங்குடி- சிவராம தலைவனர்
11. **ஊற்றுமலை**- ஹிருதலய மருதப்ப பாண்டியன்
12. குமாரகிரி- குமார பாண்டிய தலைவனார்
13. நெற்கட்டன் செவ்வல்- வரகுனராம சிந்தமனி பூலிதுரை பாண்டியன்
14. தலைவன் கோட்டை- இரட்டைகுடை இந்தர தலைவனர் (அ) ராமசாமி பாண்டியன்
15. கொடிகுளம்- முருக்கனட்டு மூவரயன் (அ) மூவரய கண்டன்
16. கடம்பூர்- சீனி வள்ளால சொக்கதலைவனார் (அ)பூலோக பாண்டியன்
17. மணியாச்சி- தடிய தலைவனார் பொன் பாண்டியன்
18. குற்றாலம்- குற்றால தேவன்
19. புதுக்கோட்டை (திருநெல்வேலி) சுட்டால தேவன்
20. குருக்கள்பட்டி- நம்பி பாண்டிய தலைவனார்
21. அழகபுரி- சின்னதம்பி வன்னியனார் (மறவர் இனம்)
22. ஏழாயிரம்பண்ணை - இரட்டைகுடை வன்னியனார் (மறவர் இனம்)

23. தென்கரை- அருகு தலைவனார்
24. நடுவக்குறிச்சி- வல்லபபாண்டிய தேவர்

கிஸ்தி தொகை நிர்ணயம்

ஜமீன்தார்களுக்கு வழங்கப்பட்ட சன்னதுபடி அவர்கள் செலுத்த வேண்டிய கிஸ்தி தொகை நிர்ணயிக்கப்பட்டது. "சிவகங்கை ஜமீன்தாரின் அதிகார வரம்பிற்குட்பட்ட ஊர்கள், இனாம் கிராமங்கள், ஏந்தல்கள், புஞ்சை, நஞ்சை நிலங்களின் மொத்த பரப்பு, இந்த நிலங்களின் வகைப்பாட்டிற்குத் தக்கபடி வசூலிக்க வேண்டிய தீர்வை விகிதம், அந்த தீர்வை வசூல் பணத்தில் கும்பெனியாருக்கு ஆண்டுதோறும் செலுத்த வேண்டிய கிஸ்திப் பணம் என்ற நிர்ணயத் தொகை ஆகியவைக் குறிப்பிடப்பட்டு இருந்தன. இதற்கான ஆண்டு முறை விவசாய காலத்தை அடிப்படையாகக் கணக்கிட்டு 'பசலி' எனப்பட்டது. அதாவது ஆங்கில பஞ்சாங்க முறையில் ஜூலை மாதம் 1-ந் தேதி முதல் எதிர்வரும் ஆண்டின் ஜூன் மாதம் 30ம் தேதி வரையான காலமாகும். இந்த ஒரு பசலி ஆண்டிற்கு சிவகங்கை ஜமீன்தார் கும்பெனியாருக்குச் செலுத்தக் கடமைப்பட்டத் தொகை, 1,25,626 ஸ்டார்பகோடா பணமாகும். இதற்கு கிஸ்தி என்று பெயர். அப்பொழுது சிவகங்கை ஜமீன்தாரியான 1551 சதுர மைல் பரப்பில், அமைந்து இருந்த 1937 ஊர்க்குடிகளிடமிருந்து எதிர்பார்க்கப்பட்ட மொத்த வசூல் தொகையில் ஐந்தில் மூன்று பகுதியாக இந்தத் தொகை கருதப்பட்டது.

"ஜமீன்தாருக்கும் குடிமக்களுக்கும் அப்பொழுது ஜமீன்தாரி முறையில் இருந்த ஒரே தொடர்பு விளைச்சலில் இருந்து குடிகள் ஜமீன்தாருக்குத் தீர்வை செலுத்துவதும் ஜமீன்தார் அதனைப் பெறுவதும் என்ற நிலையில்தான் புதிய நிலச் சுவான்தாரும் அவரது குடிகளும் இருந்து வந்தனர்." (சீர்மிகு சிவகங்கைச் சீமை.176) என்று வரலாறு குறிப்பிடுகிறது.

ஊத்துமலை ஜமீன் எல்லைகள்

ஊத்துமலையை ஆட்சி செய்து வந்த ஜமீன்கள் ஒரு சிறப்பான ஆட்சியைச் செய்து வந்தனர். ஊத்துமலை உக்கிரங்கோட்டை என்னும் பாண்டியன் இறுதியாக அரசாண்ட பகுதியிலிருந்து 15 மைல் தொலைவில் அமைந்த ஆட்சி பகுதி. இது பரப்பளவில் சிங்கம்பட்டியை விட பெரிது. 124.5 மைல் பரப்பளவு கொண்டது. 1874 இல் மக்கள்

தொகை கணக்கெடுப்பின்படி 38,750 பேர் இருந்தனர். ஊத்துமலை பரந்து விரிந்த செல்வச் செழிப்பு மிக்க பகுதியாக இருந்தது. 1899 ல் 52 வருவாய்க் கிராமங்களையும், துணை கிராமங்களையும் உள்ளடக்கி 148 ஊர்கள் அடங்கும்.

52 வருவாய்க் கிராமங்கள்:

1. அருந்தவபிராட்டி
2. ஆண்டிகுளம்
3. இலந்தைக்குளம்
4. இருதயமுடையார்குளம்
5. ஊத்துமலை
6. கழுநீர்குளம்
7. கரிசல்குளம்
8. கங்கனாங்கிணறு
9. கடங்கனேரி
10. கற்பினான்குளம்
11. கற்படம்
12. காசிக்கு வாய்த்தான்
13. காவலாக்குறிச்சி
14. கீழக்கலங்கல்
15. கீழமருதப்புரம்
16. கீழவெள்ளகால்
17. கிருஷ்ணாப்பேரி
18. குறிச்சிகுளம்
19. குறிச்சாக்குளம்
20. குறிச்சான்பட்டி
21. குருக்கள்பட்டி
22. கோவிலான்குளம்
23. பலபத்திரராமபுரம்
24. மருதன்கிணறு
25. மருதப்புரம்
26. மருதுபுரம்
27. மேலமருதப்புரம்
28. மருதாத்தாள்புரம்
29. மருக்கலான்குளம்
30. மேலக்கலங்கல்

31. நாகல்குளம்
32. நவநீதகிருஷ்ணபுரம்
33. நாராயணபுரம்
34. நொச்சிகுளம்
35. பெத்தநாடார்பட்டி
36. ராசபாண்டி
37. சண்முகாபுரம்
38. சீவலசமுத்திரம்
39. சோலைசேரி
40. சுப்பையாபுரம்
41. தங்கமாள்புரம்
42. வடக்கு காவலாக்குறிச்சி
43. வாடி
44. வல்லக்குளம்
45. வாகையூரணி
46. வெங்கடேசபுரம்
47. வீராணம்
48. கிருஷ்ணாபுரம்
49. சிவகாமிபுரம்
50. நரிக்குடி
51. ஜமீன்சுரண்டை
52. வீரகேரளம்புதுர்ர்

மன்னர்கள் குடும்பத்தின் பெயரால் அமைக்கப்பட்ட கிராமங்கள்

மருதப்புரம், மருதுபரம், மீனாட்சி சுந்தரபுரம், ஆவுடையாபுரம், நவநீதகிருஷ்புரம், தங்கமாள்புரம், ருக்மணியம்மாள்புரம், மருதாத்தாள்புரம், சுப்பையாபுரம், பெரியநாயகபுரம், மருதப்ப பூபால சமுத்திரம், நாச்சியார்புரம்.

அரசுக்குச் சொந்தமான கீழப்பாவூர், மேலப்பாவூர் கிராமங்களில் 272 ஏக்கர் நிலம் ஜமீன்தாருக்குச் சொந்தமானது. பிற்காலத்தில் ஊத்துமலை ஜமீனுடன் சுரண்டை ஜமீன், குருக்கள்பட்டி ஜமீன்கள் இணைக்கப்பட்டன. 1874ல் இருதாலய மருதப்பத்தேவர் சுரண்டை ஜமீனின் ஒரு பகுதியை வாங்கினார். சுரண்டை ஜமீன் பகுதிகளை மருதப்பரின் ஒன்றுவிட்ட சகோதரி பாகீரதி நாச்சியார் மேற்பார்வை

செய்தார். இதன் பரப்பளவு 1.34 சதுர மைல் ஆகும். 1891 சென்சஸ் கணக்குப்படி இங்கு 3200 பேர் இருந்தனர்.

ஜமீன் அரண்மனைகள்

பாளையமாக இருந்த காலத்தில் டானா, வையந்தொழுவான்பாறை பகுதிகளில் கோட்டை அமைத்திருந்த இவர்களுக்கு, 148 கிராமங்களை நிர்வகிக்கும் ஆட்சிப்பரப்பு விரிந்ததால் அரண்மனையை இடம் மாற்ற வேண்டிய கட்டாயம் ஏற்பட்டது. இதனால் மூன்றாவதாக ஊத்துமலையின் மேற்கு கரையில் 10 ஏக்கருக்கும் அதிகமான நிலப்பரப்பில் அரண்மனையை மாற்றினார்கள். அரண்மனை அமைந்திருந்த தெரு இன்று வரை அரண்மனைத் தெரு என்றே அழைக்கப்படுகிறது. (அவ்வரண்மனை இருந்த இடம் தற்போது ஆர்.சி பள்ளியாகச் செயல்பட்டு வருகிறது.)

தொடர்ந்து இருதாலய மருதப்பத்தேவர் ஊத்துமலை ஜமீனின் புதிய தலைநகரமாக வீரகேரளம்புதூரை அறிவித்து, அதில் குடி பெயர்ந்து ஆட்சி செய்தார். வீரகேரளம்புதூர் அரண்மனை இன்றும் 'ஊத்துமலை ஜமீன்' அரண்மனை என்றே அழைக்கப்பட்டு வருகிறது. ஆட்சியின் தலைமையிடம் மாற்றப்பட்டாலும், ஜமீன் ஒழிப்பு அமலுக்கு வரும் வரை 'ஊத்துமலை' ஜமீன் ஆளுகைக்கு உட்பட்டதாகவே இருந்து வந்தது. ஊத்துமலையில் ஜமீன் அரண்மனை இருந்த இடம் ஜமீன் அலுவலகமாகச் செயல்பட்டது.

(குறிப்பு : இருதயாலய மருதப்பத் தேவர் தனது காதல் மனைவிக்காகவே வீரகேரளம்புதூரைத் தலைநகராக மாற்றி அங்கு அரண்மனையைக் கட்டினார் என்று கூறப்படுகிற நிலையில், அதற்குக் காரணமாக ஒரு நிகழ்வும் சுட்டப்படுகிறது. இருதாலய மருதப்பதேவர் ஒருமுறை பரிவாரங்களுடன் தனது குதிரையில் குருந்தன்மொழி சென்றார். அந்தச் சமயத்தில் மீனாட்சி சுந்தரநாச்சியாரைப் பார்த்து அவரது அழகில் மயங்கினார். தனது உடைவாளை அனுப்பி அவரிடம் மணம் முடிக்க சம்மதம் கேட்டார். 'ஜமீன்தாரை மணக்க நான் சம்மதிக்கிறேன். ஆனால், வானம் பார்த்த பூமியான ஊத்துமலைக்கு நான் வாழ்க்கைப்படமாட்டேன். குளிர்ச்சியான இடத்தில் ஒரு அரண்மனை கட்டினால் நான் அவரோடு வாழ்கிறேன்' என்று மீனாட்சி சுந்தரநாச்சியார் கூறினார். அதனை அறிந்து வீரகேரளம்புதூர் என்ற இடத்தில் சிற்றாற்றின் இடையே அணைகட்டி, கால்வாயின் இருபுறங்களிலும்

அரண்மனையைக் கட்டினார்.) ஊத்துமலை ஜமீன்தார் கட்டிய அரண்மனை வீரகேரளம் புதூரில் இப்போதும் காணப்படுகிறது.

வீரகேரளம்புதூரின் சிறப்பு

தென்தமிழகத்திலுள்ள திருநெல்வேலி மாவட்டத்தில் தென்றல் தவழும் பொதிகை மலையும், குற்றாலச் சாரலின் குளுமையும் அமையப்பெற்ற தென்காசி நகருக்குக் கிழக்கில் 20 கி.மீ. தொலைவில் நீர்வளமும், நிலவளமும், இயற்கை அழகும் கொண்ட பேரூராக 'வீரகேரளம்புதூர்' அமைந்துள்ளது. இது பழங்காலத்தில் வீரை, வீரைநகர் எனவும் தற்போது வீரகேரளம்புதூர், வீ.கே.புதூர் எனவும் அழைக்கப்படுகிறது. மன்னர் மருதப்பபூபதி காலத்தில் வீரகேரளம்புதூர் 'மருதபூபதி' என்னும் பெயருடன் விளங்கியதாகக் குறிப்பு உள்ளது. தென்காசிப் பாண்டியர்களில் வரகுணராம பாண்டியன் வம்சா வழியினரான ஊற்றுமலை ஜமீன்கள் வசமும். 1700ல் இருந்து வீரகேரளம்புதூர் ஊற்றுமலை ஜமீனின் தலைநகராகவும், ஆங்கிலேயர் ஆட்சி காலம் முதல் தென்காசியின் கூடுதல் தாலுகாவாக இயங்கி வந்த வீரகேரளம்புதூர் 1 - 9 - 1998ல் தனி தாலுகாவாகத் தரம் உயர்த்தப்பட்டது. தற்போது வீரகேரளம்புதூர் வட்டமாகத் திருநெல்வேலி மாவட்டத்தில் உள்ளது. மருதப்பர் காலத்தில் தென்காசிக்கு அடுத்து இந்தப் பிரதேசத்தில் பெரிய ஊராக இருந்தது இதுதான்.

வீரை என்னும் வீரகேரளம்புதூரின் சிறப்பினைப் புலவர்கள் வெகுவாகப் போற்றி உரைக்கின்றனர். கயல்நீர்க் கழனிவளங்களும் கமலவாவிகளும் கடிமதில்களும் மஞ்சடர்ந்த பொழில்களும் மணி மாட மாளிகைகளும் நிறைந்த இவ்வீரையூரை,

"தமிழ்ப்பாண்டி வதனம் போலும்
திருமாலின் வீரை" - என்றும்,

"இசைப்பார் இசைக்கும் நலம் முழுதும்
இயங்கும் வீரைபதி"

என்றும் தண்டபாணி சுவாமிகள் வீரை கலம்பகத்தில் போற்றுகின்றார். மேலும்,

"நம்தமிழ் நாட்டின் ஒண்முகமே போன்று ஒருக்கால் உற்றார்க்கும்
தீவினை தீர்த்து ஒழுகுபுனற்பெருக்கு ஓவாச்
சிற்றாற்றின் வடபாலில் திகழ் வீரை நகர்"

எனப் புகழ்வதோடு செந்தமிழ்ப் பெருக்கமும் செந்நெல்சூழ் சிறப்பும் ஒருங்கே பெற்ற வீரகேரளம்புதூர், தெய்வ அருளும் நிறைப்பெற்றது என்பதை,

"திருமால் என்றும் வாழ் வெற்றி வீரை நகர்"

"கராசலக் கோடு இறுத்தகைக்
கண்ணபிரான் தங்கும் வீரை"

என்ற வரிகளில் சுட்டியுள்ளார்.

ஊரின் தொன்மை

ஆயிரம் ஆண்டுகளுக்கு முன்பே மக்கள் இப்பகுதியில் வாழ்ந்து இருக்கவேண்டும். ஏனெனில் இங்கே இருக்கும் பழமையான சிவன் கோவில் 1063ல் கட்டப்பட்டது. அதில் இருதயாலீஸ்வரர் கோவில் திருப்பணி வேலை 1063 - வருடம் பங்குனி மாதம் 3 நாள் வரை முடிவு பெற்றதிற்கான கல்வெட்டு உள்ளது. அத்துடன் பாண்டியர்களின் மீன் சின்னம் இக்கோவிலில் உள்ளது.

பெயர்க்காரணம்

1218 இல் வீரகேரளன் என்ற மலையாளதேச மன்னன் இப்பகுதிக்கு வீரகேரளம்புதூர் எனப் பெயர் வைத்துள்ளான். பின்னர் தென்காசியைத் தலைநகரமாய்க் கொண்டு ஆண்ட பாண்டியர்களின் வசம் இருந்துள்ளது. ஊத்துமலை பகுதியை ஆட்சி செய்த பாண்டிய மன்னன் வீரகேரளகுலவர்மன் (1021-1028) பெயரால் இந்த ஊர் உருவாகியிருக்கலாம். வீரகேரளம்புதூர் நகரை நிர்மாணித்த பிறகு திறப்பு விழாவிற்கு அப்போதைய சேர மன்னனை அழைத்து சிறப்பித்துள்ளனர். விழாவுக்கு வந்த சேரமன்னன் இங்குள்ள மக்கள் வீரமாக இருப்பதையும் இப்பகுதி கேரளம்போல் செழிப்புடன் இருப்பதையும் பார்த்து இதற்கு 'வீரகேரளம்புதூர்' என்று பெயர் சூட்டியதாகவும் கூறப்படுகிறது. கேரளம் என்னும் பெயருக்கு ஏற்ப இந்த ஊர் கேரள நாட்டின் சாயலைக் கொண்டுள்ளது. தென்னை, மா, பலா, வாழை ஆகிய மரங்கள் செழிப்பாகக் காணப்படுகின்றன. இவ்வூர் தெப்பத்தில் உள்ள மண்டபம் கேரள கட்டிடக் கலையை ஒத்துள்ளது. விழா, முடிந்து சேர மன்னன் தனது நாட்டிற்குத் திரும்பும் வேளையில் ஊத்துமலை ஜமீன்தார் அவருக்கு ஒரு விநாயகர்

சிலையைப் பரிசாகக் கொடுத்துள்ளார். அந்த சிலையைச் செங்கோட்டையில் பிரதிஷ்டை செய்தனர். அந்தக் கோயில் அமைந்துள்ள தெருவுக்கு 'வீரகேரள விநாயகர் தெரு' என்று பெயரிட்டனர். தற்போதும் இந்தப் பெயர் விளங்கி வருகிறது.

4. ஆட்சியும் சிறப்பும்

ஊத்துமலை ஜமீனின் சிறப்புகளாக ஆட்சி சிறப்பு, பொருளாதார, நீதி முறையில் அவர்கள் பின்பற்றிய அணுகுமுறைகள் மற்றும் சமூகத் தொடர்பு போன்றனவற்றைக் குறிப்பிடலாம். பொதுவாக ஜமீன் அரண்மனைகளுக்குள் யாரும் நுழைய முடியாத நிலையும், ஜமீன்தாரிடம் நேர் எதிர் நின்று பேசமுடியாத நிலையும், குற்றம் செய்தவனுக்குக் கடுமையான தண்டனை வழங்கலும் நிலவிய காலகட்டங்களில், ஊரின் கௌரவத்திற்காகத் தம் முதல் மரியாதையை விட்டுக் கொடுத்த பெருந்தன்மையும், களவு செய்தவனுக்கே காவல் தொழிலை வழங்கிய நீதிமுறையும் ஊத்துமலை ஜமீனில் நிலவியது சிறப்புக்குரிய ஒன்றாகும்.

"பழங்காலத்தில் வீரமும் கொடையும் கல்வியும் உடையவராக இருந்த சிற்றரசர்கள் இப்படித்தான் இருந்திருப்பார்களா என்று நான் நினைத்து உள்ளத்துள் அவரைப் (இருதயாலய மருதப்பரை) பாராட்டினேன்.

இவ்வளவு ஒழுங்காகவும் திறமையாகவும் அவர் நடத்தி வந்த ஆட்சியைப் போல் நான் வேறெங்கும் பார்த்ததில்லை. சிறிய ஜமீனாக இருந்தாலும் அவர் அதற்கு தம் ஆட்சி முறையால் பெருமையை உண்டாக்கினார். அவர் ஒரு பெரிய தேசத்தின் அதிபதியாக இருந்தால் எவ்வளவோ நல்ல காரியங்களைச் செய்திருப்பாரோ என்று நான் எண்ணிப்பார்த்தேன்" என உ.வே.சா. என் சரித்திரம் (பக் 694 - 702) நூலில் குறிப்பிடுகிறார்.

ஊத்துமலை ஜமீன் சின்னம்

தென்திசை புகழ் பெறக் காரணம்

இருதயாலய மருதப்பர் வீரையில் தலைமைப் பொறுப்பேற்று ஆட்சி செய்யத் தொடங்கிய காலத்தில்தான் தென்திசை புகழ்பெற்றது என,

“தக்க சினை நாவனின்ற காரணத்தாற் பரத கண்டஞ்
சம்புத் தீவா
மிக்க பெயர் பெற்றதுபோ லிருதயா லயமகிபன்
வீரை யூர்க்கண்
முக்கியசுந் தரவிலா சந்தையுண் டாக்கியநாள்
முதலா யன்றோ
தெக் கணமும் பெற்றசுந் தரத்திரிச்சொல் லாகியதென்
திசைப்பே ரொன்றே”

முத்துவீரப்பக் கவிராயர் புகழ்கிறார். மருதப்பர் கும்மிப்பாடலோ,

“தேன்மொழி சோலையுஞ் செந்நெல் வயல்வளஞ்
சேர்ந்த தென்னாடு வளர்ந்தோங்க
வான்பொழிந் தெவ்வுயிரையுங் காப்பதற் கொப்பாக
வந்துதிருந்தான் மருதப் பேந்திரன்”

எனத் தென்னாடு வளர்வதற்கும், எல்லா உயிர்களையும் காப்பதற்காகவுமே இப்பூமியில் மருதப்பர் உதித்தார் என்று குறிப்பிடுகிறது.

வள்ளல் தன்மை

தன்னை நாடி வருவோருக்கு, தான தருமங்களை வாரி வழங்கும் வள்ளல்களாக ஜமீன்தார்கள் விளங்கினர். குறிப்பாக, இருதயாலய மருதப்பரின் வள்ளல் தன்மையை,

“புண்ணியமெல்லாம் ஒருருவாய்ப் புகுந்ததன்ன
கண்ணியவான்
கல்வியெல்லாம் கற்றறிந்தோன் வாக்குக்கு அரிச்சந்திரன்
வண்மைக்கு உயர் வீமன்
காக்கும் தொழிலுக்கு காகுந்தன்
சிங்கலேறு குண ரத்னம்”

- முத்துவீரக்கவிராயர்.

"நற்கொண்டல்
நாடுங் கொடையா னவநீத கிருஷ்ணதுரை
தேடுந் தவப்பேற்றின் செவ்வமென - நாடாளப்
பெற்ற விதயா லயமருதப் பேந்தரதுரை"

"நாவலர் தம்மிடத்தில் நேயமருவு மிதயாலய மன்னன்"

"செஞ்சொற் குமணன் இருதயாலயன்"

"தாயாய்க் கவிப்புலவோருக்கு வந்தன்ன தானமுடை

யோயாதளிக்கு மிதயால யேந்திரன்"

"மண்டலம் வாழ்த்தும் இதயாலயேந்திர வள்ளல்"

"அள்ளி நிதியதனை நாவலர்களிக்கும் மெங்கள் வள்ளல்"

என்று பல புலவர்கள் தம் பாடலில் புகழ்ந்து குறிப்பிடுகின்றனர்.

'இறைவனைத் தவிர மானிடரைப் பாடேன்' என்ற விரதம் கொண்டிருந்த வண்ணசரபம் தண்டபாணி சுவாமிகள், நவநீதகிருஷ்ணன் கலம்பகத்தில், பகைவரோடு புலவர்களின் வறுமையையும் அழிக்கும் வலிமையான தோள்களை உடைய இருதயாலய மருதப்பரின் புகழைப் பாடுகிறார்.

"வரை நிகர்தோள் வலியதனாற் புலவோர் தங்கள்
வறுமையொடு பகைஞரையும் வதைத்துச் சூடும்
விரைமலிதார்க் கிளுவைமரு தப்பன் போற்றும்
வீரை நகர் கிருட்டிணனாம் வமலமாலே" (11 பதிகம்)

பொருளாதாரமுறை

ஊத்துமலையை ஆட்சி செய்த மருதப்பப் பாண்டிய மன்னர்கள் அனைவரும் பொருளாதாரத்தில் சிறந்த முறையைக் கையாண்டுள்ளனர். அதாவது ஜமீனுக்குச் சொந்தமான நிலங்களைக் குத்தகைக்கு விட்டு அதிலிருந்து வரும் வருமானத்தை வைத்து, தனது ஆட்சியை நடத்தியுள்ளனர். நிலவரி வசூலிப்பதற்கு வசதியாக நிலம் அதன் தன்மையைப் பொறுத்து நன்செய், புன்செய் என இரு பகுதிகளாகப் பிரிக்கப்பட்டு, அதன் தன்மையைப் பொறுத்து வரிகள் விதிக்கப்பட்டன. மூன்றில் ஒரு பங்கு ஜமீன்தாரின் சொந்த செலவிற்கெனவும் ஒதுக்கப்பட்டன. ஜமீன்தார் தங்களது வருவாயில் ஒரு பகுதியை நாட்டின் நலனுக்கெனச் செலவு செய்தனர். இதற்கு பொதுச் செலவு

என்று பெயர். மேலும் ஊத்துமலைக்குட்பட்ட கோவில்களின் நிர்வாகத்தை ஜமீன்தார்களே வைத்திருந்தனர். கோவில்களில் உள்ள செலவுகளை ஜமீன்தாரே பொறுப்பேற்று நடத்தியுள்ளனர்.

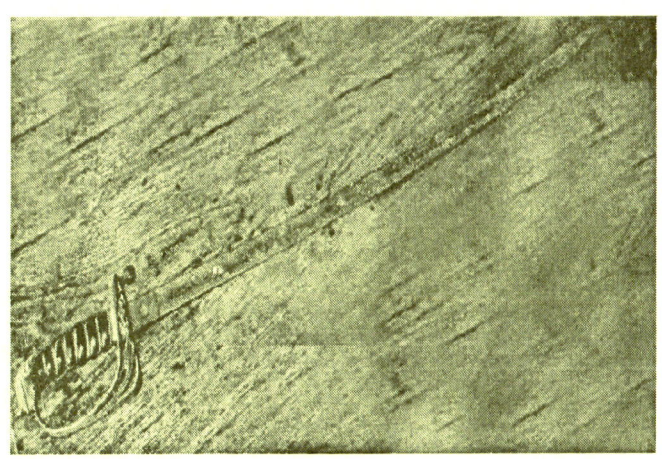

கப்பம்கட்டுதல்

ஜமீனின் நிர்வாகம் அனைத்தையும் ஜமீன்தார்களே வைத்திருந்ததால் ஆங்கிலேய அரசுக்குத் தவறாமல் கப்பம் கட்டி வந்தனர். இவர்கள் ஆங்கிலேயருக்குக் கப்பம் கட்ட முதலில் மறுத்தனர். ஆங்கிலேயர்களை மறைமுகமாகவும் எதிர்த்தனர். ஆனால் மக்களின் நலனைக் கருத்தில் கொண்டு அவர்களுக்கு எந்தவித பாதிப்பும் ஏற்படக்கூடாது என ஜமீன் தனது நிலவருவாயில் இருந்து கப்பம் கட்டியுள்ளார். அதற்காக நிலங்கள் பிரித்துக் கொடுக்கப்பட்டு, பொதுமக்களிடமும் இருந்து, வரிவசூல் செய்யப்பட்டுக் கப்பம் கட்டப்பட்டுள்ளது..

ஜமீன் முகாம்கள்

ஜமீன் எல்லைக்குட்பட்ட பகுதிகளில் வரி வசூல் செய்யவும், நிர்வாகத்தைக் கவனிக்கவும் தங்கள் எல்லைக்கு உட்பட்ட இடங்களில் ஆங்காங்கு முகாம்கள் அமைத்திருந்தனர். அவற்றுள் டானா, குருக்கள்பட்டி, இலந்தைக்குளம், கரிசல்குளம் ஆகியன அடங்கும்.

பிலாத்து ஓடை

இவ்வோடை குருக்கள்பட்டியில் உள்ளது. ஊற்றுமலையிலிருந்து குருக்கள்பட்டி முகாம் அலுவலகத்திற்கு ஜமீன்தார் செல்ல வேண்டி இருந்தால், இந்தப் பாதை வழியையே பயன்படுத்தினர். ஜமீன் வாகனங்கள், வண்டிகள் மட்டும் செல்லக்கூடிய பாதையாக இருந்தது. அகலமானப் பாதையாக இருந்த இவ்வழித்தடம் இன்று சிறிய ஓடையாகச் சுருங்கிக் காணப்படுகிறது.

வீராணம் கால்வாய்

ஜமீன்தார் மருதப்பர் சிற்றாற்றின் குறுக்கே 'தாயார் தோப்பு' என்னும் இடத்தில் தடுப்பணை கட்டினார். அந்த அணையிலிருந்து வீராணம் கால்வாய் வெட்டினார். வீரகேரளம்புதூர் என்ற இடத்தில் கால்வாயின் இருபுறங்களிலும் அரண்மனையைக் கட்டினார். அந்தக் காலத்திலேயே நீர்வழிப்பாதையைக் கட்டுப்படுத்தி மதிநுட்பத்துடன் தடுப்பணையை அவர் கட்டினார். ஆற்றில் வெள்ளம் வந்தால் அரண்மனை அழிந்து விடக்கூடாது என்பதற்காக ஒரு பர்லாங் தூரத்தில் ஒரு வடிகாலையும் அமைத்தார்.

வீரகேரளம்புதூர் அரண்மனை அமைப்பு

காசி சென்று திரும்பிய இருதயாலய மருதப்பரின் பயணத்தைத் தம் பாடல் வழி புகழ்ந்த முத்துவீரக்கவிராயர், அரசர் ஊர் வலம் வந்த நிகழ்வைக் காட்டும்போது, அரண்மனை அலங்காரத்தையும் மன்னரின் செல்வமிக்க வாழ்வையும் அழகுற வர்ணித்துள்ளார்.

> சிவிகைதனில் நின்றிரங்கித் தென்னவன் போல் கொற்றக்
> கவிகை நிழற் றக்கைலா - அவுரொளி சேர்
> பஞ்சவர்ண லஸ்தர்களும் பார்க்கு ளோப்பும் மன்னர்
> விஞ்சும் எழில் காட்டும் வியன் படலமும் - மிஞ்சு நிலைக்
> கண்ணாடியும் அந்தக் கண்ணாடியால் கதவும்
> வண்ணமணி மேசை மலர்ப் பாயல் விரித்து - எண்ணியவாய்
> வாய்ந்த தந்தக் கட்டில்களும் வர்ணத்துக்கு - ஆயிரமாய்
> ஏய்த்தநாற் காலிகள் பீரோ இனமும் - வேய்ந்த மெத்தை
> மேலிட்ட சோபாவும் வெம்பாயி வங்காளம்
> கோலப்பனாப் பட்டணம் கொழும்பு - நாலு திக்கும்
> உள்ள பொருளும் உயர்சீமைச் சாமானும்
> எள்ளிடவும் வேறே இடம் இன்றி - விள்ளுடலில்
> ஆயிரங்கண் இந்திரன் ஓர் ஆரநாள் பார்த்தாலும்
> நேயமிக எங்கும் நிறைத்து வைத்துக் - துயரதனக்
> கம்பனங்கள் ஒன்பான் கதிர்மணிபோ லேவிளங்க
> இம்பர் உலகத்து இந்திரன்சு தன்மை - தன்பெயரை
> ரங்க விலாசம் என நாட்டிவந்த தாம் என்ன
> எங்கும் துதிவிலா சத்தினிடைச் - சிங்க
> மணியா சனத்திருந்து வண் தமிழோர் வாழ்த்த
> எண்ணில்மா மறையோர்கள் ஏந்தி - வி(ண்)ணின் அமுத
> கும்பமென வேபூர்ண கும்பம் கையில் கொடுத்துஇவ்
> அம்புவியின் வாழ்வாய் என்று ஆசிசொல - நம்புசரை
> எல்லார்க்கும் கண்கருணை ஈந்துதாம் பூலாம் நல்கிச்
> செல்வம் மிகும் ஆலுக்குட சென்றிருந்து – சொல்வாய்ந்த
> எங்கள் துரை இருதயாலயபூ பாலன் இசை
> மங்களம் பெற்றான் மகிழ்ந்து"

என்று புகழ்வதிலிருந்து அரண்மனை அமைப்பும் ஜமீன் செல்வ செழிப்பும் புலனாகும்.

அரண்மனையின் தோற்றம்

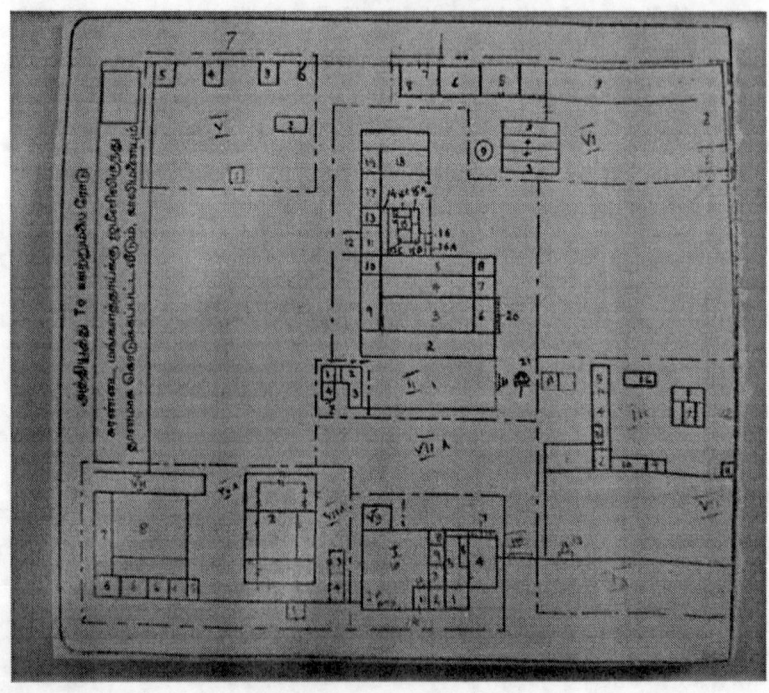

1. ஜமீன் அலுவலகம்

1. நுழைவு வாசல்
2. காவலர்கள் அமரும் திண்ணை
3. ஜமீன் மேனேஜர் அறை (இன்றைய தாசில்தார் அறை)
4. ஜமீன் அலுவலகம் (இன்றைய தாலுகா ஆபிஸ்)
5. வழிபாதை
6. வழிபாதை திண்ணை, மனுபெட்டி
7. மாடிக்குக் கல்படிக்கட்டு
8. ரெக்கார்டு அறைவழி
9. கருவூலம்
10. ரெக்கார்டு அறை
11. வடக்கு ரத வீதியிலிருந்து ஜமீன்தார் அறைக்குச் செல்லும் டபேதார் அறை
12. மாடிக்கு மரப்படி
13. வடக்கு ரத வீதி

அரண்மனை நுழைவாயில்

அந்தபுரப் பிரிவு

ரெங்கவிலாஸ்

1. ரெங்க விலாஸ் (கண்ணாடி மாளிகை)
2. கிருஷ்ண விலாஸ் வராண்டா
3. கிருஷ்ண விலாஸ் (படுக்கையறை)
4. நீளமான, அகலமான அறை (சாப்பிடும் அறை)
5. மகாராஜா, ராணி உடை பொருள் அறை
6. சேமிப்பு அறை (பிற்காலத்தில் புகைப்பட, சினிமா டெவலப் அறை)
7. சிறிய அறை, கீழவாசல் (அவசர வழி)
8. அவசர சமையல் அறை
9. நீண்ட அறை
10. குளியல் அறை
11. தாழ்வான அறை

12. கழிப்பறை
13. உறவினப் பெண்கள் தங்கும் அறை
14. ஓட்டுச்சாவடி
15. ஆயுத சாலை
16. உறவினப் பெண்கள், வேலைக்காரிகள் பொருள் பாதுகாப்பு அறை
17. உறவினப் பெண்கள் மற்றும் வேலைக்காரிகள் ஓய்வு எடுக்கும் பகுதி
18. பல்லக்கு சாவடி, வில் வண்டி அறை
19. பெண்கள் கழிப்பறை
20. மாடிக்கு மரப்படி (தானியம் உலர்த்த)
21. வட்டத்திண்ணை, வேப்பமரம், பிள்ளையார் கோவில்

அரண்மனையின் ஒரு பகுதி

அரண்மனையின் மற்றொரு பகுதி

தர்பார் நுழைவாயில்

வனவிலங்கு, பசு பிரிவு

1. கொலுமேள சாவடி, கரடிகள் உலவும் சாவடி
2. கரடிகள் அடைக்கும் அறை
3. புகைப்பட டெவலப் சிறிய அறை
4. சுாவடி
5. செல்லப் பிராணிகளுக்குக்குரிய சகலமான பொருள் பாதுகாப்பு அறை
6. ஜமீன் உக்கரான அறை
7. சிறிய வீடு, முக்கிய தம்பதியினர்களுக்கு
8. நீர் இறைக்கும் திலா
9. வாய்க்கால் நீர் புகும் கிணறு
10. பால் மாட்டுத்தொழு
11. வேங்கை வரிப்புலி, சிறுத்தை கூண்டு
12. கீழக் கோட்டை சுவர்
13. சிற்றாறு நதிக்கிளையில் படித்துறை

அரண்மனையின் வேறு ஒரு பகுதி

புதிய அரண்மனை

1. பெண்கள் சோதனை நுழைவாயில்
2. சிற்றாறு கிளை – கட்டி முடிக்கப்படாத பெரிய புதிய அரண்மனை
3. மகாராஜா சிகை அலங்காரம், குளியலறை
4. கூர்க்கா தங்கும் அறை
5. கார்செட்
6. பஞ்சாயத்து ஆபிஸ் (வாடகைக்குக் கொடுக்கப்பட்டுள்ளது.)
7. நெல் அவித்தல், உலர்த்திய பின் சேமிக்கும் சாவடி
8. நெல் உலர்த்தும் தளம்
9. அத்தியூத்து டூ சுரண்டை செல்லும் சாலை

அரண்மனையின் மற்றொரு பகுதி

காலிமனையில் அன்றும் இன்றும்

1. சதுரக் கிணறு
2. உல்லாசத் திண்ணை, சிறிய நந்தவனம்
3. ஆஸ்பத்திரி
4. தனி அறை
5. ஒர்க் ஷாப்
6. வடக்குக் கோட்டை
7. உயர்நிலைப் பள்ளி ரோடு

முற்காலப் பிரதான வாயில், கால்நடை மற்றும் வாகனங்களுக்கானப் பகுதி

1. கொல்லுப் பட்டறை
2. காளைமாடுகள் தொழு
3. குதிரைகள் லாயம்
4. வாகன அறை
5. செல்லப் பிராணிக்கு உணவு தயாரிக்கும் சமையல் அறை
6. எஸ்.எம்.பாண்டியன் குழந்தையாக இருக்கும்போது, தனி பாதுகாப்பாளர் பஞ்சாபி தங்கியிருந்த அறை
7. வடக்கு வாசல்
8. வடக்குப்புற வாசல் மற்றும் காவலர் திண்ணை
9. வட்டக் கிணறு (கால்நடைகளுக்கு மட்டும்)
10. கீழ்கோட்டை சுவர் திட்டி வாசல்

நதிமீது பாலம்

மகாராஜா, மகாராணிக்கு மட்டும் பிரத்தேகமான சமையல் அறை

ஆட்டு உரல், உரல், அம்மி, தயிர் கடைதல், சமையல் உபகரண அறை

சாவடி (முடி திருத்தல்) காய்கறி, கறி (மட்டன்) வெட்டும் பகுதி

ராணியாரின் ஆட்சி சிறப்பு

கணவர் இறந்தவுடன் மீனாட்சி சுந்தரநாச்சியார் ஆட்சி பொறுப்பேற்றார். இருதயாலய மருதப்பத் தேவர் போல மாவு பொம்மை ஒன்றைத் தயார் செய்தார். அவர் உயிரோடு இருந்தபோது மேற்கொண்டிருந்த அலங்காரங்களைத் தினமும் அந்தச் சிலைக்குச் செய்தார். ராஜதர்பாரில் அந்தப் பொம்மையை ராஜாவாக நிறுவி அதன் காலைத் தொட்டு வணங்கிய பின்னரே தனது அன்றாட செயல்களைத் தொடங்கினார். மருதப்பர் விட்டுச்சென்ற பணிகளை எல்லாம் சிரமேற்கொண்டு செய்தார். கோயிலுக்கு அருகே பொதுமக்களுக்காகக் கிணறு ஒன்றை வெட்டினார். அன்னசத்திரம் அமைத்தார். கோயில் வளர்ச்சிக்காக, வீரகேரளம்புதூர், கலிங்கம்பட்டி, வடக்கு கிருஷ்ணபேரி (ம) ராமனூர், ராஜகோபாலபேரி, அச்சங்குன்றம், மேலகிருஷ்ணபேரி, முத்துகிருஷ்ணபேரி ஆகிய ஏழு கிராமங்களை இணைத்தார். (இதுகுறித்த கல்வெட்டு கோயில் முகப்பில் வைக்கப்பட்டுள்ளது.) மருதப்பர் உயிரோடு இருப்பதாகவே பாவித்து அந்த மாவு பொம்மையுடன் அரசாட்சி செய்தார் ராணி. தற்போது 150 வருடங்களைத் தாண்டியும் அந்த மாவு பொம்மை ஜமீன்தாரின் வாரிசான பாபுராஜ் என்ற மருதுபாண்டியரால் பாதுகாக்கப்பட்டு வருகிறது. இப்படி, இருதயாலய மருதப்பத் தேவர் இன்றும் தம்முடன் வாழ்வதாகவே ஜமீன் வாரிசுகள் நம்புகின்றனர்.

ஜமீன்தார்களின் திருமண முறை

மறுமணம், பலதாரமணம், பாலியமணம் என்பதும், சொத்துக்காக, கொடுத்த வாக்கைக் காப்பாற்றுவதற்காக, அல்லது தாத்தா, பாட்டி, போன்றோரின் விருப்பத்தை நிறைவேற்ற திருமணங்களைச் செய்து கொள்வதும் இவர்கள் வாழ்வில் காணப்பட்டன.

சாதாரண குடிமக்களில் இருந்து தனக்கான வாழ்க்கைத் துணையை ஜமீன்தார்கள் தேர்ந்தெடுப்பதில்லை. குறுந்தன்மொழி என்ற ஊரைச் சேர்ந்த மீனாட்சி சுந்தரநாச்சியார் என்ற பெண்ணைப் பார்த்ததில் இருந்து அவளின் அழகில் மயங்கி, அவளையே ஒருதலையாகக்

காதலிக்கின்றார் மருதப்பர். பல எதிர்ப்புகளுக்கு இடையே 1864 ஆம் ஆண்டு மே மாதம் 25ஆம் தேதி, வீரகேரளம்புதூரில் உள்ள தனது அரண்மனையில் வைத்து மணமுடித்துக் கொள்கிறார்.

வாக்கை நிறைவேற்றல்

ஊத்துமலைக்கு அருகில் உள்ள குருக்கள்பட்டியில் அழகப்பத்தேவர் என்பவர் வாழ்ந்து வந்தார். இவர் வேட்டையாடுவதில் வல்லவர். எனவே, அவருடன் மருதப்பர் அடிக்கடி, ஊத்துமலைக் காட்டிற்கு வேட்டைக்குச் சென்றார். ஒரு நாள் வேட்டையின் போது மருதப்பரைக் கருநாகப்பாம்பு ஒன்று தீண்ட வருகிறது. தக்க சமயத்தில் அழகப்பத் தேவர் கருநாகப் பாம்பை வெட்டி ரெண்டு தூண்டாக்கிக் கொன்று மருதப்பரின் உயிரைக் காக்கின்றார். தன் உயிரைக்காத்த அழகப்பத் தேவருக்கு அன்று மாலையே வீரகேரளம்புதூரில் உள்ள தன் அரண்மனையில் தடபுடலாக விருந்து கொடுத்து, அவருக்குத் தேவையான பொன் பொருள்களையும், தனக்குப் பிரியமான, குதிரை ஒன்றையும் தானமாகக் கொடுத்து அழகப்பத்தேவரைக் கௌரவித்த மருதப்பர், 'உமக்கு வாரிசாக இருக்கும் ஒத்த ஒரு பெண் குழந்தையின் வாழ்க்கைக்கும் நானே பொறுப்பேற்கிறேன்' என்று வாக்குக் கொடுக்கிறார்.

பொன், பொருளைப் பெற்ற போதையில் அழகப்பத் தேவர், மருதப்பர் சொன்ன வார்த்தைகளின் பொருளைத் தனக்குச் சாதகமாகப் (வேறு விதமாக) புரிந்துகொள்கிறார். மருதப்பர், குருக்கள்பட்டி அழகப்பத் தேவரின் மகளின் நல்வாழ்விற்காக, அப்பெண்ணிற்குத் திருமணம் நடைபெறும் போது, நகை நட்டுகளைச் செய்து கொடுத்து உதவ வேண்டும் என்ற எண்ணத்தில்தான் அழகப்பத் தேவரிடம் 'உம் மகளின் வாழ்க்கைக்கு நான் பொறுப்பு' என்று கூறினார். ஆனால் அழகப்பத் தேவரோ, மருதப்பரே தன் வாயில் சொன்னதால், 'உன் மகளுக்கு நானே வாழ்க்கை கொடுக்கிறேன்' (அவளைத் திருமணம் செய்து கொண்டு) என்று வேறுவிதமாகப் பொருள் புரிந்து கொள்கிறார்.

மணவிழாவில் குருக்கள்பட்டி அழகப்பத் தேவர் மட்டும் கலந்து கொள்ளவில்லை. 'தன் உயிர் காத்த நண்பர் தன் திருமணவிழாவில் கலந்துகொள்ள வில்லையே' என்று நினைத்து மருதப்பர் மனவருத்தம் கொள்கிறார். அழகப்பத் தேவரை அழைத்து வர ஆள் அனுப்பியும் அழகப்பத் தேவர் வரவில்லை. எனவே மணக்கோலத்தில் இருந்த மருதப்பரே தன் நண்பரைத் தேடி குருக்கள்பட்டிக்குச் செல்கிறார்.

மணக்கோலத்தோடு, தன் வீடு தேடி வந்த மன்னர் மருதப்பரை, முகம்வாடிய நிலையில் அழகப்பத் தேவர் வரவேற்கிறார். மருதப்பர், அழகப்பரிடம், நான் முறைப்படி என் திருமணத்திற்கு ஓலை அனுப்பினேன். நீர் ஏன் திருமணத்திற்கு வரவில்லை. பிறகு ஆள் அனுப்பி உங்களை அழைத்து வரச் சொன்னேன். அப்போதும் தாங்கள் தக்க பதிலும் சொல்லி அனுப்பவில்லை. நேரிலும் வரவில்லை. 'என் மேல் தாங்களுக்கு அப்படி என்ன கோபம்? என்பதைத் தெரிந்து கொள்வதற்காகத்தான் நேரில் வந்தேன்' என்றார்.

அழகப்பத்தேவர், 'தங்களின் உயிரை நாகப்பாம்பிடம் இருந்து காத்த அன்று தாங்கள் உன் மகளின் வாழ்க்கைக்கு நான் பொறுப்பு' என்று சொன்னீர்கள். எனவே, தாங்கள் என் மகளைத்தான் திருமணம் செய்து கொள்வீர்கள் என்று நினைத்தேன். ஆனால் இன்று வேறு ஒரு பெண்ணுக்கு மாலையிட்டு, தாங்கள் 'வாக்கு' மீறி விட்டீர்கள். எனவேதான் நான் உங்கள் திருமணத்திற்கு வரவில்லை' என்றார். 'தான் சொன்னதைத் தன் நண்பன் தவறான அர்த்தத்தில் புரிந்து கொண்டுள்ளானே'. என்று மனவருத்தப்பட்ட மருதப்பர், கொடுத்த வாக்கை மீறக்கூடாது என்ற காரணத்திற்காக, அப்போதே அவ்வூர் மக்களின் முன்னிலையில், ஒரு மாலையை வாங்கி, அன்ன பூரணம் என்ற பத்து வயதுதான சிறுமிக்குச் சூட்டி, 'இவளும் இனி என் மனைவிதான் நான் என் நண்பனுக்குக் கொடுத்த வாக்கை அவரின் விருப்பப்படி நிறைவேற்றி விட்டேன்' என்று அறிவித்தார்.

மன்னர் மருதப்பர் அன்னபூரணி என்ற சிறுமிக்கு இரண்டாந்தாரமாக மாலையிட்டுள்ளார் என்ற செய்தி காற்றில் பரவியதும், மருதப்பரின் தாயார் பெரியநாயகியம்மாள், தன் மகனான மருதப்பரை அழைத்துக் கண்டித்தார். 'கொடுத்தவாக்கைக் காப்பாற்றத்தான் அச்சிறுமிக்கு மாலை சூடினேன்' என்று அவர் விளக்கம் சொல்லியும், மருதப்பரின் தாயார் அச்சமாதானத்தை ஏற்றுக் கொள்ளாமல், தான் பிறந்த ஊரான சொக்கம்பட்டிக்குச் (சொக்கம்பட்டி ஜமீன்தாரின் அரண்மனைக்கு) சென்று விட்டார்.

ஜமீனின் தத்து வாரிசு

மருதப்பருக்கும், மீனாட்சி சுந்தரநாச்சியாருக்கும் பிள்ளைப்பேறு இல்லை என்பதால் மருதப்பர் தனக்கு வாரிசைத் தத்தெடுக்க நினைத்தார். ஏற்கனவே இரண்டாந்தாரமாகக் கட்டிய மனைவி கன்னிப் பெண்ணாக இருக்கும்போது, அவளுடன் சேர்ந்து வாழாமல் சிறுவன்

ஒருவனைத் தத்தெடுக்கக்கூடாது என்று அழகப்பத்தேவர் கோர்ட்டில் தடங்கல் மனு கொடுத்தார். மருதப்பர் எந்த நிலையிலும் அழகப்பத் தேவரின் எந்தக் கோரிக்கையையும் ஏற்க மறுத்தார். வாரிசு இல்லாத ஜமீன் சொத்துகளுக்கு தன் மகளே வாரிசு என்று அழகப்பத் தேவர் வாதாடினார். ஆயினும், ஜமீன் தனக்குப் பின் ஜமீன் பட்டத்திற்கு வாரிசைத் தத்தெடுக்கும் முயற்சியில் ஈடுபட்டார். அதன்படி ராணியின் சகோதரர் முத்தையா ராஜகோபால பாண்டியனின் இரண்டு வயது மகனான நவநீதகிருஷ்ண மருதப்பத் தேவரை 1891ல் தத்தெடுத்தனர். சில மாதங்களிலே ஜமீன் மரணமடைய, அவரைத் தொடர்ந்து, தத்துவாரிசான குழந்தையும் காலரா நோயால் இறந்துவிடுகிறது.

ஆங்கிலேய அரசின் நேரடி நிர்வாகம்

12.09.1891 அன்று மருதப்பர் இறந்தவுடன், மனம் கலங்கிய ராணியார் செய்வதறியாமல் தவித்தார். கணவரின் நோக்கத்தை ஈடேற்றவேண்டும் என்று உறுதி பூண்டார். நவநீத கிருஷ்ண சுவாமியின் அருளோடு அவர் ஆட்சி பொறுப்பை ஏற்க முன்வந்தார். ஆனால் ஆங்கிலேயர் ஆட்சியில் கணவனை இழந்தவர் அரசாட்சி செய்ய முடியாது என்று ஒரு சட்டம் இருந்ததால், கலெக்டரின் நேரடி நிர்வாகத்தில் ஊத்துமலை ஜமீன் கொண்டு வரப்பட்டது. ஏறக்குறைய 40 ஆண்டு காலம் ஆங்கில அரசின் நேரடி நிர்வாகத்தின் கீழ் இருந்து வந்தது.

வாரிசு இல்லாத ஜமீனின் சொத்துகளை அரசு எடுத்துக்கொள்ளும் சட்டம் இருந்ததால் 1920 ல் ராணி நோய்வாய்பட மீண்டும் வாரிசைத் தத்தெடுக்க முனைந்தார். தன் தந்தையின் உடன்பிறப்பான ஆவுடைத்தாயின் மகன் (சுப்பிரமணித் தேவர்) வழிப்பேரன் முருகையாத் தேவரைத் தத்தெடுத்தார். அவரே 'நவநீதகிருஷ்ண மருதப்பத் தேவர்' என்று பெயர் மாற்றப்பட்டு ஜமீன் வாரிசானார். இவர் மைனர் பாண்டியன், மைனர் ஜமீன் என்றழைக்கப்பட்டார். ஆயினும் ராணியின் சகோதரர் சுப்பையாப்பாண்டியன், 'ராணி தத்தெடுத்தது செல்லாது' என வழக்குத் தொடர்ந்தார். வழக்கு நிலுவையில் இருக்கும்போது, தனக்குப் பின் தன் சொத்துகளுக்கு மைனர் பாண்டியனே வாரிசு என உயில் எழுதியிருந்த நிலையில் ராணி 1921 ல் மரணம் அடைந்தார். வழக்கின் முடிவில் கணவர் இல்லாமல் மனைவி மட்டும் தத்தெடுக்க முடியாது என நீதிமன்றம் தீர்ப்பு வழங்கியது. ராணியின் ரத்த உறவுக்காரர் என்ற நிலையில் ஜமீன் நிர்வாகம், பட்டம், பதவி என அனைத்தும்

சுப்பையாத் தேவருக்கும், ராணியின் அசையும் சொத்துகள் மைனர் பாண்டியனுக்கும் என நீதிமன்றம் உத்தரவிட்டது.

மைனர் பாண்டியன்

அரசியல் ஈடுபாடு கொண்ட இவர் 1960 முதல் 1977 வரை ஆலங்குளம் யூனியன் சேர்மனாக இருமுறை தேர்ந்தெடுக்கப்பட்டார். குற்றாலநாதர் திருக்கோயிலின் தர்மக்கர்த்தாவாக 23 ஆண்டுகள் பணியாற்றினார்.

சுப்பையாத் தேவர்

சுப்பையாத் தேவர் ஊத்துமலை ஜமீன் ஆவதற்கு முன், மீன் பாசி ஏல உரிமை பிரச்சனையில், கொலை வழக்கில் சிக்கி அந்தமான் சிறைசென்றவர். ஆயுள் கைதியான இவர், கிறிஸ்தவ பாதிரியார்களின் போதனையால் ஈர்க்கப்பட்டு மனம் (மதம்) மாறினார். தன் பெயரை சூசையப்பத் தேவர் என மாற்றிக்கொண்ட இவர், (ஐந்தாம் ஜார்ஜின் இந்திய வருகையை ஒட்டி) நன்னடத்தை நிமித்தம் விடுதலை செய்யப்பட்டார். சுப்பையாத் தேவரைத் தொடர்ந்து அவரவர் நேரடி வாரிசுகள் ஜமீன் பட்டத்திற்கு வந்தனர்.

சிவஞான மருதப்பப் பாண்டியன் (எ) மரிய லூயிஸ்

சுப்பையாத் தேவருக்குப் பின் அவரது இரண்டாவது மனைவியின் இரண்டாவது மகன் (முதல் மகன் காலரா நோயால் குழந்தைப் பருவத்திலேயே இறந்து விட) சிவஞான மருதப்பப் பாண்டியன் (எ) மரிய லூயிஸ் பட்டத்திற்கு வருகிறார். இவர் காலத்தில்தான் ஊத்துமலையில் இருந்த ஜமீன் அரண்மனைக்குரிய இடம் ஆர்.சி பள்ளிக்கு வழக்கப்பட்டதாக வித்வான் தங்கப்பாண்டியனார் குறிப்பிடுகிறார். குடும்பப்பகை காரணமாக இவர் உறவினரால் சுட்டுக் கொல்லப்படுகிறார்.

சிவஞான மருதப்பப் பாண்டியன் மனைவி மற்றும் குழந்தைகளுடன்

என்.எச்.எம் பாண்டியன்

மரிய லூயிஸைத் தொடர்ந்து அவரது மூத்த மகன் என்.ஹெச்.எம்.பாண்டியன் (எ) நவநீதகிருஷ்ண இருதயாலய மருதப்பப் பாண்டியன் பட்டத்திற்கு வந்தார்.

என்.எச்.எம் பாண்டியன்

எஸ்.எம்.பாண்டியன் (எ) சிவஞான மருதப்பப் பாண்டியன்

என்.ஹெச்.எம்.பாண்டியனின் மூத்த மகனான இவர், ஜமீனின் 43வது வாரிசு ஆவார். மருதப்பதேவரைப் போல் தலைசிறந்த வேட்டைக்காரராகத் திகழ்ந்து வந்தார். குறிதவறாமல் சுடும் ஆற்றல் படைத்தவர். தெய்வீகத்திலும், தேசியத்திலும் அசைக்க முடியாத நம்பிக்கை கொண்டவர். நவநீதகிருஷ்ண சுவாமி கோவிலின் பரம்பரை அறங்காவலராக இருந்து ஆன்மிகப் பணி பல ஆற்றியுள்ளார். சங்கரன்கோவில் ஆடித்தபசு விழா நடத்தும் மண்டல படிதாரராகவும் இருந்தார். 1984ல் தமிழ்நாடு இயல், இசை, நாடக மன்றத்தலைவர் நாராயண சுவாமியால் கருவூல ஜோதி (கலை இலக்கிய ஈடுபாடு) என்ற பட்டம் பெற்றார். இந்திய விடுதலைப்போருக்கு முதல் வித்தை ஊன்றிய மாவீரன் பூலித்தேவன் மீது அதிக பற்றும், பாசமும் கொண்டவர். மாவீரனின் மறைந்த வரலாற்றை வெளியே கொண்டுவர பல முயற்சி செய்தவர் ஆவார். மன்னன் பூலித்தேவன் பற்றி ஏராளமானோர் புத்தகம் எழுதியுள்ளனர். ஆனாலும் நெல்கட்டும் செவலில் கோட்டையும், சிலையும் உருவாக இவர்தான் மூலகாரணமாகச் செயல்பட்டார் என்பது குறிப்பிடத்தக்கது.

எஸ்.எம்.பாண்டியன் கால ஜமீன் சின்னம்

எஸ்.எம்.பாபு ராஜா (எ) மருதப்பாண்டியன்

தற்போதைய நவநீதகிருஷ்ண சுவாமி கோவிலின் பரம்பரை அறங்காவலராகவும், சங்கரன்கோவில் ஆடித்தபசு விழா நடத்தும் மண்டல படிதாரராகவும் இருக்கிறார். வீரகேரளம்புதூர் ஊராட்சி மன்றத் தலைவராகப் போட்டியின்றி தேர்வு செய்யப்பட்டுப் பணியாற்றியவர்.

காமராஜருடன் இளைய ஜமீன்

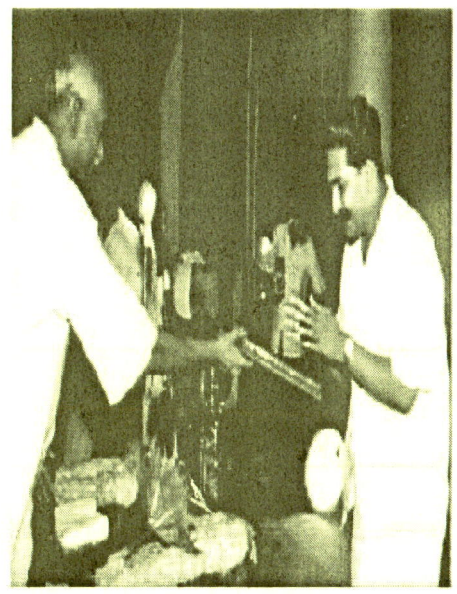

பிற ஜமீனுடன் திருமணத் தொடர்பு

இருதயாலய மருதப்பரின் தாயார் பெரியநாயாகியம்மாள் சொக்கம்பட்டி ஜமீனைச் சேர்ந்தவர். மீனாட்சி சுந்தர நாச்சியாருக்குப் பின் பட்டத்திற்கு வந்த சுப்பையாத் தேவர், நெல்கட்டும் செவல் ஜமீன்தாரின் மூத்த மகளான பெரிய துரைச்சியை இரண்டாந்தாரமாகத் திருமணம் செய்தார். அவரது மகன் மரிய லூயிஸ் தனது தாய்மாமனான புலி சிவசுப்பிரமணிய பாண்டியனின் (நெல்கட்டும் செவல் ஜமீன்) மகளான மருதநாயக நாச்சியாரைத் திருமணம் செய்தார். என்.எச்.எம் பாண்டியன் மணியாச்சி ஜமீன் பாண்டிய அரண்மனை கருத்தப் பாண்டியனின் பேத்தியும், கடம்பூர் ஜமீன்தாரரின் சகோதரி மகளான ராமதலவச்சி நாச்சியாரை மணம் செய்தார். எஸ்.எம்.பாண்டியன் தலைவன்கோட்டை ஜமீன் இந்திரா ராமசாமி பாண்டியனின் தாய்மாமன் மகளான கோமதி நாச்சியாரைத் திருமணம் செய்துள்ளார்.

என்.எச்.எம் பாண்டியன் ராமதலவச்சி நாச்சியாருடன்

நீதிமன்றத்தை அணுகல்

மருதப்பருக்கும் அழகப்பத் தேவருக்கும் இடையே மனத்தாங்கல் ஏற்பட, அழகப்பத்தேவரின் சூழ்ச்சியால்தான், மனைவியையும், தாயையும் பிரிந்து வாழ்கிறோம் என்பதை உணர்ந்து கொண்ட மருதப்பர், அழகப்பரின் உறவை எப்படியாவது முறிக்க வேண்டும் என்று யோசித்து, தன் இரண்டாவது மனைவியான சிறுமி அன்னபூரணத்தை விவாகரத்து செய்து ஓலை அனுப்பினார். 'ஜமீன்தார், மேஜராகாத பிள்ளைக்கு ஓலை அனுப்பி விவாகரத்து செய்தது செல்லாது. எனவே நீ வெள்ளைக்கார துரைமார்களிடம் (அதிகாரிகளிடம்) மனுக்கொடுத்து மேல் நடவடிக்கை எடு!' என்று தூண்டினார்கள். பணத்தாசை பிடித்த

அழகப்பத்தேவர் தன் உறவினர்கள் சொன்னபடி, திருநெல்வேலி சென்று, அப்போது அங்கு கலெக்டராக இருந்த வெள்ளைக்கார துரையிடம் ஜமீன்தார் மருதப்பரின் மேல் புகார் மனு கொடுத்தார். கலெக்டரிடம் அழகப்பத்தேவர் கொடுத்த மனு விசாரணைக்கு வந்தது. அழகப்பத் தேவருக்கு ஆங்கிலம் தெரியாததால் தனக்கு என்று ஒரு வக்கீலை வைத்துக் கொண்டு வாதாடினார். மருதப்பரும் தனக்காக ஒரு வழக்கறிஞரை நியமித்தார்.

வெள்ளைக்கார கலெக்டருக்கு இந்த வழக்கே மிக விசித்திரமாகப்பட்டது. வயசுக்கு வராத சிறுமியைத் திருமணம் செய்து கொண்டதும், அதே சிறுமி வயசுக்கு வரும் முன்னரே, அவளை விவாகரத்து செய்ததும் சட்டப்படி குற்றம் என்று வெள்ளைக்கார கலெக்டர் நினைத்தார். ஆனால் வழக்கறிஞர்கள், தமிழர்களின் சம்பிரதாயம் என்றும் கலெக்டர் துரைக்கு எடுத்துரைத்தார்கள். எதிர்மனுதாரர், ஜமீன்தார் என்பதாலும், அவர், தன் ஆட்சி அதிகாரங்களுக்கு எல்லாவிதத்திலும் ஒத்துப் போகிறவர் என்பதாலும், கலெக்டர் துரை, இந்த வழக்கை நீதிமன்றத்திற்குக் கொண்டு செல்ல அறிவுறுத்தினார். கலெக்டரின் உத்தரவின் பேரில், வழக்கு நீதிமன்றத்திற்குச் சென்றது. அழகப்பத்தேவர் தன் சொத்துகளை ஒவ்வொன்றாய் விற்று வழக்கை நடத்தினார். நீதிமன்றம் வாய்தாக்களைப் போட்டுக் காலத்தைக் கடத்தியது.

மத மாற்றம்

ஊத்துமலையில் கிறிஸ்தவ மதம் பரவிய ஆரம்ப நாட்களில், (1830) 150க்கும் மேற்பட்ட கிராமங்களை உள்ளடக்கிய தங்கள் ஜமீன் எல்லைக்குள் அச்சமயம் பரவி விடக்கூடாது என்பதில் ஜமீன்தாரர்கள் கவனமாக இருந்தனர். கிறிஸ்தவர்கள் மிகவும் கொடுமைக்கு ஆளாக்கப்பட்டனர். பரங்குன்றாபுரத்தில் இயங்கி வந்த கிறிஸ்தவப் பள்ளியை மூடுமாறு ஆணையிட்டனர். கிறிஸ்தவ மிஷனெரி இரேனியஸ் ஐயர் அவர்கள், அருட்திரு. ஞானமுத்து அவர்களை ஜமீன்தாரிடம் அனுமதி வேண்டி அனுப்பி வைக்க, ஜமீன்தார் அனுமதி மறுத்ததோடு, ‘எங்கள் சுவாமி பரங்குன்றாபுரத்தில் உங்கள் தெய்வத்தால் ஒரு மாத காலமாகப் பட்டினியாய் இருக்கிறார்.’ என்று கூறி அனுப்பி வைத்தார். சோர்வுடன் வந்த அருள்திரு. ஞானமுத்து அவர்கள் கூறிய கூற்றைக் கேட்ட இரேனியஸ் ஐயர் அவர்கள், செப்பனியா 2:11 ஐ (கர்த்தர் அவர்கள்மேல் கெடியாயிருப்பார்: பூமியிலுள்ள தேவர்களையெல்லாம் மெலிந்துபோகப்பண்ணுவார்.

அப்பொழுது தீவுகளிலுள்ள சகல புறஜாதிகளும் அவரவர் தங்கள் தங்கள் ஸ்தானத்திலிருந்து அவரைப் பணிந்துகொள்வார்கள்.) நினைவு கூர்ந்து மனதில் அமைதி பெற்றார்கள். (இச்செய்தியைப் பரிசுத்த பவுல் ஆலய வரலாற்றில் - தானியேல் தனசன் குறிப்பிட்டுள்ளார்.)

காலங்கள் கடந்து செல்ல செல்ல ஜமீன்தார்கள் மனமாற்றம் அடைந்தனர். பின் நாட்களில் கிறிஸ்தவப் பள்ளிகளுக்கும், தேவாலயங்களுக்கும் மனமுவந்து நிலங்களை வழங்கி கிறிஸ்தவர்களை ஊக்கப்படுத்தினர். ஜமீன் வாரிசுகளே கிறிஸ்தவ மதத்திற்கு மாறினர். அவர்களுள் குறிப்பிடத்தக்கவர் ஜமீன் சுப்பையாத்தேவர் ஆவார்.

அந்தமான் சிறைசாலையில் ஆயுள் தண்டனை கைதியாய் இருந்த, ஜமீன் சுப்பையாத்தேவர் கிறிஸ்தவ பாதிரிமார்களின் போதனைகளால் ஈர்க்கப்பட்டு மனம் மாறினார். குடும்பத்தோடு மதம் மாறிய இவர் சூசையப்பர் தேவர் எனத் தம் பெயரை மாற்றிக்கொண்டார். தம் இரு பிள்ளைகளுக்கு இக்னேசியஸ், மரிய லூயிஸ் என்ற பெயர்களைச் சூட்டினார்.

கிறிஸ்தவ பாதிரியாருடன் சிவஞான மருதப்பப் பாண்டியன் (எ) மரிய லூயிஸ்

தன்னுடைய அறியாத வயதில், ஜமீன்தார் கொடுத்த வாக்கிற்காக, பேருக்குத் தனக்கு மாலையிட்டு, பின் விவாகரத்தும் செய்துவிட, மறுபுறம் தன்னைப் பெற்றெடுத்த தந்தை அழகப்பத்தேவர் ஜமீன் சொத்துகளை அடைய வேண்டி தன்னைப் பகடைக் காயாக வைத்து விளையாடுவதை அன்னபூரணி உணர்ந்து கொண்டார். பெற்றவர், கணவர் என்ற இரு ஆண்களின் 'ஈகோ'வுக்குள் சிக்கி தன் வாழ்வு சிதைந்ததை நினைத்துக் கண்ணீர் சிந்தினார். இந்நிலையில் நீதிமன்றத்தில் சில ஆவணங்களைச் சமர்ப்பிக்க கிறிஸ்தவ பாதிரியார் ஒருவர் அடிக்கடி அன்னபூரணத்தம்மாளைச் சந்திக்கச் சென்றார். அவர் மூலம் கிறிஸ்தவ மதத்தைப் பற்றியும், பைபிளைப் பற்றியும் தெரிந்து கொண்டு, அன்னபூரணத்தம்மாள் ஒருநாள் கிறிஸ்தவ மதத்தில் தன்னை இணைத்துக் கொள்கிறார். கிறித்தவ மதத்தில் சேர்ந்த அன்னபூரணத்தம்மாளின் பெயர் மேரி விக்டோரியாள் என்று மாற்றப்பட்டது. மன உளைச்சலின் உச்சக்கட்டத்தில் இருந்த அவர், மதமாற்றத்திற்குப்பின், கன்னியாஸ்திரியாகித் துறவறம் பூண்டார். இவர்களின் மதமாற்றமே பிற்காலத்தில் ஊத்துமலையில் ஆர்.சி பள்ளிக்கு ஜமீன் அரண்மனை இடம் கிடைப்பதற்குக் காரணமாக அமைந்தது என்பது குறிப்பிடத்தக்கது.

ஊத்துமலை ஜமீனுக்கும் மற்ற ஜமீனுக்கும் உள்ள தொடர்பு

தமிழகத்தின் தென்பகுதி தேவர் பாளையம் என்றும், நாயக்கர் பாளையம் என்றும் இருந்தது. இவ்வாறு இருந்த போதும் ஊத்துமலை ஜமீனுக்கு மற்ற ஜமீனான சொக்கம்பட்டி, நெல்கட்டும் செவல், சேத்தூர், சிவகிரி, தலைவன் கோட்டை கடம்பூர், மணியாச்சி, சிங்கம்பட்டி போன்ற ஜமீன்களுக்கு நெருங்கிய உறவு இருந்தன. மேலும் அவர்கள் உறவு மேலோங்கவும் ஒரு ஜமீன் மற்ற ஜமீனின் திருவிழாக்களைக் காண வேண்டுமென்று திருவிழாக்களை மாற்றி அமைத்தனர். ஊத்துமலை ஜமீன் மற்ற ஜமீனோடு சுமூகமான உறவு வைத்திருந்தது.

சொக்கம்பட்டி ஜமீனின் கடைசி வாரிசான கருணாலய வலங்கைப்புலி பாண்டியன், இறுதி காலத்தில் குற்றாலத்தில் உள்ள பங்களாவில் வாழ்ந்து வந்தார். அங்கு அவர் ஆடம்பர வாழ்க்கை மேற்கொண்டதால், பொருளாதார நெருக்கடியில் சிக்கிக்கொண்டார். நோய்வாய்ப்பட்ட அவருக்கு ஊத்துமலை ஜமீன்தார் பணம் கொடுத்து உதவினார் என்று கூறப்படுகிறது. இச்செய்தியினை,

"முருகரு மாமுகத்துரையும் பெருங்குற்றால
மூர்த்தியின் பால் வசித்த பங்களா முன்பாக
பெருகந்தன வருடம் கடகத்தின் ஈரேள்
சதுர்த்தி பிறைவளர் புதன் பூர நாளில்
மருகருவாம் ஊற்றுமலை மருதப்பேந்திரன்
மாதாபிதா அவ்வூர் வலங்கைவேங்கை ஈன்ற
தருகருணாலய வலங்கைப்புலித் தென்பாண்டியன்
சமாதி நிட்டை வசித்த யோகம் சாதித்தானே"
என்ற பாடல் வழி அறியமுடிகிறது.

சுரண்டை ஜமீன்

தென்னகத்தில் உருவான 72 பாளையங்களுள் ஒன்று சுரண்டை. ஆங்கிலேயர் ஆட்சியின்போது கிழக்கு பாளையத்தினை நாயக்கர்களும், மேற்கு பாளையத்தினை மறவர்களும் ஆண்டு வந்தனர். மறவர் ஜமீனில் சுரண்டை முக்கியமானதாக விளங்கியது. ஆங்கிலேயரின் கீழ் வந்த ஜமீன்தார்கள் வரிவசூல் செய்து ஆங்கிலேயருக்குக் குறிப்பிட்ட தொகையைக் கப்பமாகச் செலுத்திவிட்டு, மீதி பணத்தினை வைத்து சுகபோகமாக வாழ்ந்தார்கள். இவர்களில் சிலர் கப்பம் கட்ட விரும்பாமல் ஆங்கிலேயருக்கு எதிராகக் கலகம் செய்தனர். இதனால் பல ஜமீனை ஏலத்துக்கு விட்டனர் ஆங்கிலேயர்கள். இந்தவகையில் நான்கு முறை கப்பம் கட்ட முடியாமல் சுரண்டை ஜமீன் ஏலத்துக்கு வந்துள்ளது. அந்தச் சமயத்தில், ஊத்துமலை ஜமீன்தார் இருதாலய மருதப்பர் தலையிட்டு ஜமீனை மீட்டுக் கொடுத்துள்ளார். அந்தக் காலகட்டத்தில் சிவனு சாலுவ கட்டாரி பாண்டியன் என்பவர் அந்த ஜமீனை ஆண்டு வந்திருக்கிறார் என்று தெரிகிறது. கட்டாரி பாண்டியன், சீரோடும் சிறப்போடும் ஊத்துமலை ஜமீனுக்கு நிகரான செல்வசெழிப்போடு வாழ்ந்து வந்தார். எனவே இவருக்கு ஊத்துமலை ஜமீன்தாரின் சகோதரி இந்திரமருத நாச்சியாரை மணமுடித்தனர். இவர்களுக்குக் குழந்தை இல்லை. எனவே கட்டாரி பாண்டியன் இறந்த பிறகு நாச்சியார் ஆட்சிக்கு வந்தார்.

கௌரவம் காத்தல்

ஊத்துமலையை மருதப்பர் ஆட்சி செலுத்தியபோது அக்கம் பக்கத்து அரசர்கள் எல்லாம் இவருக்குப் பயந்தே வாழ்ந்தனர். போர் என்று மட்டுமல்ல, ஊத்துமலை மல்லர்களுடன் போட்டியிடவும் யாரும் தைரியமாக முன் வந்ததில்லை. இதை அறிந்த வடநாட்டு அரசன்

ஒருவன், ஊத்துமலை அரண்மனைக்கு வந்தான். தான் ஒரு மல்யுத்த வீரன் என்றும், ஊத்துமலை வீரர்களுடன் போட்டியிடத் தயார் என்றும் பிரகடனப்படுத்திக் கொண்டான். அப்போது அழகப்பத்தேவர் என்பவர் சவாலை ஏற்று முன்வந்தார். அவரிடம் ஜமீன்தார், 'நீ மட்டும் அவனை ஜெயித்தால் நீ எதை கேட்டாலும் நான் தருகிறேன்,' என்றார்.

வடநாட்டு வீரன் அழகப்பதேவரை அலட்சியமாக நினைத்துப் பாய, அழகப்பரோ அவனை அப்படியே வாரி தலைக்கு மேல் தூக்கி பூமியில் எறிந்தார். அவன் சுதாரித்து அவன் எழும் முன்பு நெஞ்சில் ஓங்கி மிதித்தார். வலது கையால் அவன் நெற்றிப் பொட்டில் அடித்தார். கையெடுத்து கும்பிட்டபடி தன் தோல்வியை ஒப்புக் கொண்டு விட்டு ஓட்டம் பிடித்தான் வடநாட்டு வீரன். வெற்றிக் களிப்பில் ஊரே குலுங்கியது. அனைவரும் அழகப்பரைத் தலைக்கு மேல் தூக்கி வைத்துக் கொண்டாடினர். அழகப்பர், 'மகாராஜா, நான் ஜெயிச்சிட்டேன். நீங்க எனக்குக் கொடுத்த வாக்கை நிறைவேற்றி தரணும்' என்றார். 'என்ன கேட்பாரோ' என்று அனைவரும் குழம்பி நிற்க, 'மகாராஜா, உங்க சொத்து வேணாம், சோகம் வேணாம். வடக்குவாச் செல்வியம்மன்

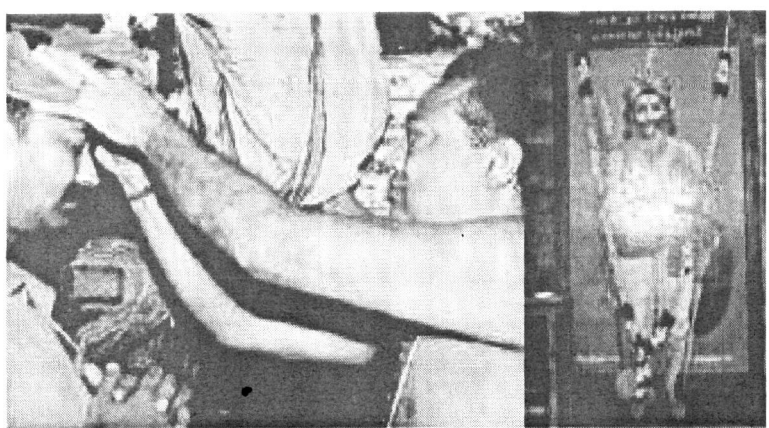

கோயில்ல உங்களுக்குக் கொடுக்கும் முதல் சுருள் மரியாதையை இனி எனக்கும், என்னுடைய வாரிசுகளுக்கும் தரணும், இதற்கு உறுதி அளிக்கணும்' என்றார். முதல் சுருள் மரியாதையை ஜமீன்தார் பொதுவாக யாருக்கும் விட்டுக்கொடுக்க மாட்டார். ஆனால் தன் ஊர் மானம் காத்ததால், உடனேயே 'இனி வடக்குவாச்செல்வியம்மன் கோயிலில் உனக்குத்தான் முதல் சுருள்' என்று உறுதி கூறினார். வழக்கமாக

ஐப்பசி மாதம் முதல் செவ்வாய் அன்று நடைபெறும் கோயில் திருவிழாவுக்கு அரண்மனையில் இருந்து ஜமீன்தார் யானையில் ஊர்வலமாக வருவார். அவருக்குதான் கோயிலில் முதல் சுருள் வைக்கப்படும். ஆனால், அன்றிலிருந்து முதல் சுருளை அவர் அழகப்பதேவர் குடும்பத்துக்கு விட்டுக் கொடுத்தார். தற்போதும் இந்தக் கோயிலில் முதல் சுருள் அழகப்பதேவர் வகையறாக்களுக்குதான் வழங்கப்படுகிறது.

நீதிமுறை:

நீதிமுறை சாதாரணமாகவே இருந்துள்ளது. எந்தவொரு கடுமையான தண்டனையும் கொடுக்கப்படவில்லை. மேலும் மக்கள் ஏதும் தவறு செய்யவில்லை. அப்படியே யாராவது மற்றவர் பொருளைக் களவு செய்தாலோ அல்லது மற்றவரை ஏமாற்றினலோ அவர்களுக்குப் பிரம்படி கொடுக்கப்பட்டது, அபதாரமும் விதிக்கப்பட்டது. மக்கள் அமைதியான முறையில் வாழ்க்கை நடத்தி வந்தனர். ஜமீனின் நீதி முறைக்கு ஒரு நிகழ்வைச சுட்டலாம்.

இருதயாலய மருதப்ப பாண்டியன் ஆட்சியில் ஜமீன்தாருக்குச் சொந்தமாக ஏகப்பட்ட மாந்தோப்புகள் ‘தாயார் தோப்பு’ என்ற ஊரில் இருந்தது. தோப்புக் காவலுக்கு என்று நாலைந்து காவல்காரர்களை ஜமீன்தார் நியமித்து இருந்தார். தோப்பின் பரப்பு மைல் கணக்கில் இருந்தது. குற்றாலத்தில் சீசன் ஆரம்பிக்கும் சமயத்தில் மாந்தோப்புகளில் மரம் கொள்ளாமல் காய்கள் காய்த்துத் தொங்கும். ஜமீனுக்குச் சொந்தமான மாந்தோப்புகளில், பொது மக்கள் யாரும் சென்று மாங்காய்களைப் பறிக்க மாட்டார்கள். ஜமீன்தார் மீது அந்த அளவுக்கு மரியாதை கலந்த பயம் மக்களுக்கு இருந்தது. அந்த ஆண்டு மாங்காய் சீசன் ஆரம்பித்த போது தாயார் தோப்பில் உள்ள மாமரங்களில் தினமும் இரவில் குறிப்பிட்ட அளவில் மாங்காய்கள் களவு போய்க் கொண்டே இருந்தது. காவல்காரர்கள் பகலில் பார்க்கும் போது சில மாமரங்களில் மாங்காய்கள் பறிக்கப்பட்டிருப்பது தெரிகிறது. ஆனால் இரவில் மாங்காய்த் திருடும் திருடனைப் பிடிக்க முடியவில்லை. காவல்காரர்களாகிய நாங்கள் நால்வர் மட்டும் இருப்பதால் சுமார் ஒரு மாத காலம் ஆகியும் அந்தத் திருடனை எங்களால் பிடிக்க முடியவில்லை. அரண்மனையில் இருந்து கூடுதலாகச் சில காவல்காரர்களையோ, வீரர்களையோ, எங்களுக்குத் துணையாக அனுப்பினால்தான் அந்தத் திருடனைப் பிடிக்க முடியும்’ என்றார்கள்.

காவல்காரர்கள் சொன்னதைக் கேட்ட மகாராஜா, அன்று இரவே ரகசியமாக, கூடுதலாக நாற்பது காவல்காரர்களை மாந்தோப்பின் காவலுக்கு அனுப்பினார். அரண்மனையில் இருந்து கூடுதல் காவல்காரர்கள், மாந்தோப்பின் காவலுக்கு வந்திருக்கிறார்கள் என்பதை அறியாத திருடன் வழக்கம் போல் மாந்தோப்பிற்குத் திருடச் சென்றான். எனவே, இருட்டில் மறைந்திருந்த அரண்மனைக் காவல் வீரர்கள் திருடனைக் கையும் களவுமாகப் பிடித்து விட்டார்கள். மறுநாள் காலையில், மாங்காய்த் திருடிய திருடனையும் அவன் பறித்துச் சாக்கில் வைத்திருந்த மாங்காய்களையும் மகாராஜாவின் முன்னால் ஆஜர்படுத்தினார்கள். மாங்காய்த் திருடிய திருடனைப் பார்த்ததும், அவனை ஏற்கனவே எங்கோ பார்த்த ஞாபகம் இருக்கிறதே என்று மகாராஜா யோசித்தார்.

சுமார் இரண்டு மாதங்களுக்கு முன்னால் இதே ஆசாமி அரண்மனைக்கு வந்து காவல்காரன் வேலை வேண்டும் என்று கேட்டதும் இப்போதைக்குக் காவலுக்கு ஆள் தேவை இல்லை. தேவைப்படும் போது சொல்லி அனுப்புகிறேன் என்று பதில் சொல்லி அனுப்பியதும் மகாராஜாவின் நினைவுக்கு வந்தது. என்றாலும் அதை வெளியே சொல்லாமல், திருடனைப் பார்த்து 'யப்பா, உன் பெயரென்ன..? நீ என்ன வண்ணம் (ஜாதி), ஏன் என் தோப்பில் மாங்காய்களைத் திருடினாய்?' என்று கேட்டார். திருடன் மிகத் தைரியமாகக் குடும்ப நிலையைக் கூறி, நான் செய்திருப்பது தப்புதான் தாங்கள் என்ன தண்டனை கொடுத்தாலும் ஏற்றுக் கொள்கிறேன்' என்றான்.

மகாராஜா திருடனைப் பார்த்து 'எப்பா, என் குடும்ப நிலை இப்படி, என்று முதலில் நீ காவல் வேலை கேட்டு வரும் போதே, என்னிடம், விளக்கமாகச் சொல்லி இருந்தால் அன்றே உனக்கு ஏதாவது ஒரு வேலையை அரண்மனையிலேயே போட்டுக் கொடுத்திருப்பேன். நீ, திருடியதில் எந்தத் தப்பும் இல்லை. உன் வயிற்றுப் பாட்டிற்காக, உன் தேவைக்கு மட்டும், தினமும் திருடி இருக்கிறாய். தொடர்ந்து தினமும் திருடினாலும், காவலர்களிடம் மாட்டிக் கொள்ளாமல் மிகத் திறமையாகத் திருடி இருக்கிறாய். உனக்கு வேலை கொடுக்காதது என் தப்புதான். உன் மேல் எந்தத் தப்பும் இல்லை. உடல் ஊனமுற்ற மகளுக்காகவும் பசியோடு இருக்கும் குழந்தைகளுக்காகவும் அரண்மனைக்குச் சொந்தமான தோப்பில் திருடி இருக்கிறாய். அது ஒரு பெரிய குற்றம் இல்லை. இன்று முதல் – நீ தினமும் மாங்காய் திருடிய மாந்தோப்புகளுக்கு, உம்மையே தலைமைக் காவலனாக

நியமிக்கிறேன். உம் மகளின், பேரக் குழந்தைகளின் பசியைப் போக்க, ஒரு மாதச் சம்பளத்தை முன் பணமாகக் கொடுக்கச் சொல்கிறேன். அதைப் பெற்றுக் கொண்டு, உம் குடும்பத்தின் பசியைப் போக்கிக் கொண்டு, நாளை முதல் தோப்புக் காவலை ஏற்றுக் கொள்ளும் என்றார்.

கலைத்தொண்டு

தமிழகம் எங்கும் ஜமீன்களைச் சுற்றி இருந்த கலை இலக்கியச் சூழலே, ஊத்துமலை ஜமீனிலும் இருந்திருக்கிறது. மருதப்பப் பாண்டியர், சிறந்த கலை ரசிகராகத் திகழ்ந்தார். தமிழ்ப்புலவர்கள் பலரையும் ஆதரித்தார். இசைக்கலைஞர்களையும் ஆதரித்தார். மருதப்பரின் அரண்மனையில் அடிக்கடி நாட்டிய நிகழ்ச்சிகளும் நடைபெற்றன. நாட்டியக் கலைஞர்களுக்குப் பரிசுகள் கொடுக்கப்பட்டன. இரவில் பொதுமக்களின் பொழுது போக்கிற்காகக் கலை நிகழ்ச்சிகள் நடத்தப்பட்டன. கலை நிகழ்ச்சிகளைக் காண கட்டணம் ஏதும் கிடையாது. அவைகளை வாய்ப்புக் கிடைக்கும் போதெல்லாம் மருதப்பரும், மக்களோடு சேர்ந்து ரசித்து மகிழ்ந்தார்.

கவிதை அரங்கேற்றம், மற்போர் அரங்கம், நாடகம், ஒயிலாட்டம், கோலாட்டம், கும்மியாட்டம் போன்ற நாட்டுப்புறக்கலை நிகழ்ச்சிகள், சொற்போர், பரத நாட்டியம் என்று அரண்மனைக்கு அருகில் உள்ள அரங்கில் தினமும் ஏதாவது ஒரு நிகழ்ச்சி நடைபெற்ற வண்ணமிருந்தது. இத்தகைய நிகழ்ச்சிகளை நடத்துவதற்கு நிரந்தரமாக அரண்மனைக்கு அருகில் ஒரு கலை அரங்கம் அமைக்கப்பட்டிருந்தது. ஒவ்வொரு நாளும் கலை நிகழ்ச்சி முடிந்த பிறகு, நாளை என்ன நிகழ்ச்சி நடக்கும் என்று அறிவிப்பார்கள்.

கலை நிகழ்ச்சிகளை நடத்தும் கலைஞர்கள் தங்குவதற்கு என்று ஒரு இல்லமும், அங்கு தங்குபவர்களுக்குச் சாப்பாடு தயாரித்துக் கொடுக்க என்று சில சமையல்காரர்களையும் மன்னரே ஏற்பாடு செய்திருந்தார். கலை நிகழ்ச்சிகளை நடத்தும் கலைஞர்களுக்கு அவர்களின் தகுதிக்கும் திறமைக்கும் ஏற்ப மன்னரே பரிசுகளையும் வழங்கி கௌரவித்தார். எனவே, மருதப்பரின் அவையை நாடி, கலைஞர்கள் பலரும் தமிழகத்தின் பல பகுதிகளில் இருந்தும் வந்த வண்ணம் இருந்தனர்.

கலை ரசனை

மருதப்பரின் கலை ரசனைக்கு அவர்காலத்தில் நடந்த ஒரு நிகழ்ச்சி சொல்லப்படுவதுண்டு. அரண்மனைக்குச் சற்று தொலைவில் அமைந்துள்ள நவநீதகிருஷ்ணன் கோயிலைச் சுற்றிலும் அக்ரஹாரம் அமைந்திருந்தது. அக்ரஹாரத்தில் வாழ்ந்த பிராமணர்கள் கோயில் காரியங்களையும் அரண்மனைக் காரியங்களையும் கவனித்துக் கொண்டிருந்தனர். கலை நிகழ்ச்சிக்கான அரங்கை அழகுபடுத்துவது, நடக்க இருக்கும் கலை நிகழ்ச்சிக்கு ஏற்ப கலாபூர்வமான வேலைகளைச் செய்யும் பொறுப்பை அக்ரஹாரத்தைச் சேர்ந்த ஒரு சிலரிடம் மன்னர் ஒப்படைத்திருந்தார். குறிப்பாக, கலை நிகழ்ச்சிகளை நடத்தும் கலைஞர்களைத் தேர்ந்தெடுப்பது, அவர்களுக்குத் தேதி கொடுப்பது போன்ற பொறுப்புகளை அக்ரஹாரத்தைச் சேர்ந்த ஒரு பெரியவரிடம் ஒப்படைத்திருந்தார். எனவே, அக்ரஹாரத்துக்காரர்களின் ஆதிக்கம், அங்கு சற்றுத் தூக்கலாகவே இருந்தது. பிராமண சமுதாயத்தைச் சேர்ந்த கலைஞர்கள் தங்கள் திறமையைக் காட்ட அதிக வாய்ப்புக் கிடைத்தது.

அக்காலத்தில் சொக்கம்பட்டி என்ற ஊரில் ராமசாமி புலவர் என்று ஒருவர் இருந்தார். அவர் தமிழ்ப்புலமை மிக்கவர். ஆரம்பத்தில் குருவிடமும், அதன்பின் அண்ணாவிமார்களிடமும் தமிழ் இலக்கியங்களைக் கற்றுத் தேர்ந்தார். பிறகு, தானே முயன்று இராமாயணம், மகாபாரதம் போன்ற காவியங்களை எல்லாம் கற்றுக் கொண்டார். தான் கற்ற கல்வி வீணாகப் போகக் கூடாதே என்பதால் கிராமம் கிராமமாகச் சென்று இராமாயணம், மகாபாரதம் போன்ற காவியங்களைக் கதாகாலாட்ஷேபமாகப் பாடி மக்களை மகிழ்வித்து, அவர்கள் தரும் எளிய அன்பளிப்பைப் பெற்றுத் தன் வாழ்க்கையைக் கழித்துக் கொண்டிருந்தார். இராமசாமிப் புலவர், ‘ஆள் பார்க்க கன்னங்கரேர்’ என்று கரிப்பானைதூர் நிறத்தில் இருப்பார். ஓங்கல் தாங்கலான முரட்டு உடம்பு வேறு. மேலும் சட்டையும் போட்டிருக்கமாட்டார். இடுப்பில் மல்லுவேட்டி (தறியில் நெய்த பருத்தி வேட்டி) உடுத்தியிருப்பார். சம்சாரி மாதிரி தலையில் ஒரு துண்டை தலைப்பாகையாகக் கட்டியிருப்பார். நெற்றியில் சிறிதளவே திருநீறு மட்டும் பூசி இருப்பார். திராவிடப் பாரம்பரியத்தின் அச்சு அசலான அங்க அடையாளங்களோடு இருந்த சொக்கம்பட்டி ராமசாமிப் புலவர் ஊத்துமலை ஜமீன்தாரரான மருதப்பாண்டியரின் தமிழ்ப்பற்றைக் கேள்விப்பட்டு மன்னரைத் தரிசித்து வாய்ப்புக் கேட்க வீரகேரளம்புதூர்

அரண்மனைக்கு வந்தார். புலவர் வந்த சமயம், மன்னர் அரண்மனையில் இல்லை. வேட்டைக்குச் சென்றிருந்தார். எனவே புலவர், அரண்மனையில் உள்ள மற்ற ஊழியர்களிடம் தான் வந்ததன் நோக்கத்தைக் கூறினார்.

அரண்மனை ஊழியர்கள், 'இந்த மாதிரியான விஷயங்களை எல்லாம் அக்ரஹாரத்தில் உள்ள இன்னார்தான் கவனிக்கிறார். எனவே, நீங்கள் அவரைப் போய்ச் சந்தியுங்கள்' என்றார்கள். புலவரும் அக்ரஹாரத்தில் உள்ள அந்தப் பெரியவரின் வீட்டிற்குச் சென்றார். பெரியவரின் வீட்டு வாசலிலேயே, புலவர் அங்குள்ளவர்களால் தடுத்து நிறுத்தப்பட்டார். பெரியவர் பூஜையில் இருக்கிறார். 'ரெண்டு நாழிகை' கழிச்சி வாரும் என்று அந்த வீட்டில் இருந்தவர்கள் புலவரிடம் சொன்னார்கள். புலவரும் பூஜையில் இருக்கும் பெரியவருக்குச் சிரமம் கொடுக்க வேண்டாம் என்று நினைத்து அங்கிருந்து சென்று கோயில் மடத்தில் தங்கிவிட்டார். ரெண்டு நாழிகை நேரம் கழித்துச் சென்ற பிறகும் வெகுநேரம் பெரியவரின் வீட்டுத் தாழ்வாரத்தில் புலவர் காத்திருந்த பிறகே, பெரியவரைப் பார்க்க முடிந்தது. புலவர் பெரியவரை வணங்கி, தான் வந்த நோக்கத்தைச் சொன்னார். புலவரின் தோற்றம், நிறம், உடை ஆகியன பெரியவரை முகம் சுளிக்க வைத்தது. 'உம்மைப் பார்த்தால் மலைப்பளினன் (காட்டுவாசி) போல் இருக்கிறது. நீர் எங்கஓய், ராமாயணம், கீமாயணம் எல்லாம் சொல்லப் போகிறீர்? இங்கே, அவையில் இன்னும் ஒரு மாசத்திற்கு நிகழ்ச்சிகள் எல்லாம் ஏற்கெனவே, முடிவாயிற்று. மகாராஜா வேறு ஊரில் இல்லை. எனவே நீர் ஊருக்குப் போயிட்டு இன்னும் நாலைந்து மாதம் கழித்து வாரும் பார்க்கலாம்' என்று சொல்லி விட்டார். புலவர் 'இந்தப் பெரியவர், ஆளைப்பார்த்து எடை போடுகிறார். நம் புலமையைப் பற்றி தெரிந்து கெள்ள இவர் முயற்சிக்கவில்லை' என்று மனதிற்குள் நினைத்துக் கொண்டு, பெரியவரிடம் மறுமொழி ஏதும் கூறாமல் விடைபெற்றுக் கொண்டு நேரே, கோயில் மடத்திற்குச் சென்றுவிட்டார்.

புலவர், அன்று மாலையில் பக்கத்தில் உள்ள சிற்றூர் ஒன்றிற்குச் சென்று அங்குள்ள ஒரு மரத்தடியில் அமர்ந்து அவ்வூர்ச் சிறுவர்களுக்குத் தமிழ்ப் பாடல்களை எளிய நடையில் இசையோடு பாடி விளக்கம் சொல்லிக்கொண்டிருந்தார். புலவரின் இசை இன்பத்தையும், இலக்கியச் சுவையையும் கேட்டு, ஊரில் உள்ள சில, பெரியவர்களும், மரத்தடிக்கு வந்து உட்கார்ந்து, புலவரின் கதாகாலட்சேபத்தைக் கேட்க ஆரம்பித்தார்கள். அப்போது அந்த வழியாக மருதப்ப பாண்டியன் வேட்டையை முடித்துக் கொண்டு

அரண்மனைக்குத் தன் பரிவாரங்களுடன் திரும்பிக் கொண்டிருந்தார். சற்று தொலைவில் வரும் போதே புலவரின் இசையும், பாடலும் மருதப்பரின் காதில் விழுந்தது. எனவே அங்கேயே நின்று புலவர் பாடுவதை ரசிக்க ஆரம்பித்தார். மகாராஜா நின்றதும். அவரோடு சேர்ந்து வந்த பரிவாரங்களும் நின்றுவிட்டன. புலவரின் இசைப் பாடல்கள் மருதப்பரை மயக்கியது. எனவே மன்னர், குதிரையில் சவாரி செய்தபடி, புலவர் பாடிக் கொண்டிருக்கும் இடத்திற்கு வந்தார். மகாராஜா வருகிறார் என்றதும், அங்கு குழுமியிருந்த மக்கள் எல்லாம் எழுந்து அவருக்கு வணக்கம் சொன்னார்கள். புலவரும், இவர்தான் மருதப்பர் என்பதைப் புரிந்துகொண்டு மகாராஜாவை வணங்கினார்.

மன்னர் குதிரையில் இருந்து கீழே இறங்கி, அந்த இடத்திலேயே புலவரை ஆரத்தழுவி, 'புலவரே நான் சற்று தொலைவில் இருந்தே உம் இசையையும், தமிழ்ப்புலமையையும் கேட்டு ரசித்தேன். இன்றே இப்போதே தாங்கள் என்னுடன் அரண்மனைக்கு வரவேண்டும்' என்றார். 'மன்னன் சொல்லுக்கு மறு சொல் ஏது?' என்பது பழமொழி. எனவே, புலவரும் மருதப்பரோடு அரண்மனைக்கு வந்தார். அன்று இரவு அரண்மனையில் மன்னரின் விருந்தினராகத் தங்கினார். மருதப்பர், புலவரைப் பாடச் சொல்லிக் கேட்டுத் தமிழ் இன்பம் சுவைத்தார். மறுநாள் காலையில் அக்ரஹாரத்தில் இருந்த பெரியவர் மருதப்பரைக் காண வந்தார். மகாராஜாவோடு தான் நேற்று விரட்டி விட்ட புலவர் சமமான ஆசனத்தில் உட்கார்ந்திருப்பதைப் பார்த்து ஆச்சரியப்பட்டார். மருதப்பர், அந்த அக்ரஹாரத்துப் பெரியவரைப் பார்த்து, 'இன்றைக்கு இரவு முதல் ஒரு வாரத்திற்கு இந்த ராமசாமிப் புலவரின் இராமாயண கதா காலட்சேபத்திற்கு ஏற்பாடு செய்யும்' என்றார். பெரியவர்க்குத் தலை சுற்றியது. எப்படி இந்தப் புலவர் இங்கு வந்தார் என்ற விபரம் புரியவில்லை. என்றாலும் மகாராஜாவிடம் தைரியமாக, 'ராஜா இராமாயண கதா காலட்சேபத்தை எல்லாம் பிராமணர்கள்தான் செய்ய முடியும். இவர் சூத்திரர். ஆளைப் பார்த்தாலே தெரியவில்லையா? இவர் இராமாயன விளக்கம் சொல்லி நாங்கள் உட்கார்ந்து கேட்கவா - இது அபச்சாரம்' என்றார்.

மருதப்பருக்கு 'பெரியவரிடம் பொதுப் புத்தி இல்லை. ஜாதிப் புத்திதான் இருக்கிறது' என்பது ஒரு நொடியில் புரிந்துவிட்டது. மருதப்பர் கோபத்துடன் அந்த அக்ரஹாரத்துப் பெரியவரைப் பார்த்து, 'சூத்திராள் ராமாயணம் சொன்னால் உங்களுக்கு ஆகாது. நானும் உங்கள் பார்வையில் சூத்ராள்தான். சூத்ராள் சொல்கிற ராமாயணத்தைக் கேட்க

விரும்பாத நீங்கள், சூத்ராளாகிய நான் தரும் சம்பளத்தையும், சன்மானத்தையும் மட்டும் எப்படி கை நீட்டி வாங்கிக்கொள்கிறீர்கள்? கலைகளை ரசிக்க வேண்டுமே தவிர, அது இன்ன ஜாதிக்காரனின் கலை என்று பார்க்கக் கூடாது. ஆளைப் பார்த்து, தோற்றத்தைப் பார்த்து, அவன் பிறந்த 'குடி'யைப் பார்த்து அவனின் கலையை எடை போடக்கூடாது. இப்போது நான் உத்தரவு போடுகிறேன். 'இவர் ஒருவாரம் சொல்லப்போகும் ராமாயணத்தை நீர் உட்பட இவ்வூர் அக்ரஹாரத்தில் உள்ள அனைவரும் கேட்க வேண்டும்' என்றார். மகாராஜாவின் கோபத்தைப் புரிந்துகொண்ட பெரியவர், மகாராஜா உத்தரவுப்படியே ஆகட்டும், 'புத்தி, புத்தி' என்று தன் தலையில் தானே கொட்டிக் கொண்டு, புலவரைப் பார்த்ததும் ஒரு பெரிய கும்பிடைப் போட்டு விட்டுச் சென்றார்.

அன்று மகாராஜா உத்தரவுப்படி சூத்ராளான ராமசாமிப்புலவர், இராமாயாண கதா காலட்சேபதைத் தொடங்கினார். மகாராஜாவின் முன்னிலையில் ஊர் மக்களும், அக்ரகாரத்துக்காரர்களும், கலை அரங்கில் ஒருங்கிருந்து புலவர் பாடி விளக்கம் சொன்ன ராமாயணத்தைக் கேட்டு ரசித்தார்கள். முதலில் ஒரு வாரம் மட்டும் நிகழ்ச்சி நடத்த அனுமதி கொடுத்த மருதப்பர், புலவரின் புலமையைக் கண்டு வியந்து பத்து நாட்களுக்கு நிகழ்ச்சியை நடத்தச் சொல்லி ஒவ்வொரு நாளும் தானும் அமர்ந்து புலவரின் கதைபாடல்களைக் கேட்டு ரசித்தார். முடிவில் புலவருக்கு, மருதப்பர் கணிசமான அளவு அன்பளிப்புகளையும் கொடுத்து அவரை மகிழ்வித்தார்' என்று இருதயாலய மருதப்பர் காலத்தில் நடந்த நிகழ்வை வித்வான் தங்கப் பாண்டியனார் நினைவு கூர்கிறார். மருதப்பரின் தமிழ்ப் பற்றுக்கும், கலை ரசனைக்கும் இது ஒரு சிறந்த சான்று எனலாம்.

●

5. தொண்டும் புகழும்

"ஜமீன்தார்கள் அனைவரும் வள்ளல்களாகவும், வீரர்களாகவும், கவிஞர்களாகவும், கலைஞர்களாகவும் விளங்கிக் கலைகளின் வளர்ச்சிக்குப் பல வகைகளிலும் உறுதுணை புரிந்துள்ளனர்." எனக் க.சுப்பிரமணியன் வாள் எழுபது நூலில் குறிப்பிடுகிறார். அவர்கள் ஆற்றிய தமிழ்ப் பணியை இலக்கியங்களும், ஆன்மிகப் பணியை ஆலயங்களும் உலகம் உள்ளவரை பறைசாற்றும்.

சீவல மாறபாண்டியன்

மருதப்பரின் முன்னோர்கள் சிலர் இறையருள் பெற்ற புலவர்களாக, பெருங்கவிஞர்களாகத் திகழ்ந்துள்ளனர். ஊத்துமலை மன்னர் வம்சத்தில் வந்தவர் சீவல மாறபாண்டியன் ஆவார். இவர் இறையருள் பெற்ற புலவராகத் திகழ்ந்தார். இவர் கொல்லம் ஆண்டு 348 ல் (ஆங்கில ஆண்டு 1173) சங்கரன்கோயில் தலபுராணத்தை எழுதினார்.

பூசைத்தாயாரின் தமிழறிவு

தென்மலையாருக்கு உதவியதால் ஊத்துமலையார் இறந்துவிட, அவர்மனைவி பூசைத்தாயார் தென்காசி சென்று தன் இரு புதல்வர்களுடன் வாழ ஆரம்பிக்கிறார். ஒரு நாள் சகோதரர் இருவரும் பள்ளிக்கூடம் செல்லும்போது அத்தலத்தில் உள்ள தேரடியில் சில சிறுவர்கள் விளையாடிக் கொண்டிருந்தனர். அவர்களைக் கண்டபோது இளங் குழந்தையாகிய சீவலவதேவருக்குத் தாமும் விளையாடவேண்டுமென்னும் ஆசை உண்டாயிற்று. சிறிது நேரம் அவர்களோடு சேர்ந்து விளையாடத் தொடங்கினார். அவருடைய தமையனாராகிய மருதப்பத் தேவர் பள்ளிக்கூடத்துக்கு நேரமாகிவிட்டதென்று கூறினார். அதனைக் காதில் வாங்காமல் சீவலவதேவர் விளையாடிக் கொண்டே இருந்ததனால், மூத்தவருக்குக் கோபம் மூண்டது. உடனே தம்பியை அடித்துப் பள்ளிக்கூடத்துக்கு அழைத்துப் போனார்.

சீவலவதேவர் மானமுள்ளவராதலின் பள்ளிக்கூடத்திலிருந்து வந்து தாயாரைக் கண்டவுடன் கோவென்று அழத் தொடங்கினார். தம்முடைய கண்மணியைப் போன்ற குழந்தை அங்ஙனம் எதிர்பாராதவிதமாக அழுவதைக் கண்ட பூசைத்தாயாருக்கு ஒன்றும்

விளங்கவில்லை. விசாரித்தபோது விஷயம் தெரிந்தது. குற்றம் இருவரிடமும் இருப்பதாக அவர் எண்ணினார். கல்வியே செல்வமென்று எண்ணி அவர்களைப் படிக்க வைத்தவராதலின் இளையபிள்ளை விளையாட்டிற் பொழுதைக் கழித்தது குற்றமென்பதும், இருப்பினும் நல்லுரை கூறாது இளங்குழந்தையை அடித்தது மூத்தவரது குற்றமென்பதும் அவர் கருத்து. யாரை நோவது?? 'எல்லாம் நம்முடைய பழைய நிலையிலிருந்து மாறியதனால் உண்டாகியவையே' என்று எண்ணும்போது பூசைத்தாயாருக்குத் துக்கம் பொங்கி வந்தது. தம்முடைய உள்ளுணர்ச்சியை வெளிப்படையாக அந்தக் குழந்தைகளுக்கு உணர்த்தத் துணியவில்லை. ஆயினும் தமிழ்க் கல்வியறிவுடைய அப்பெண்மணியார் ஒரு செய்யுளால் அதை வெளியிட்டார். அது வருமாறு:

"தேரோடு நின்று தெருவோ டலைகிற செய்திதனை
ஆரோடு சொல்லி முறையிடு வோமிந்த அம்புவியில்
சீரோடு நாமும் நடந்துகொண் டாலிந்தத் தீவினைகள்
வாராவ டாதம்பி சீவல ராய மருதப்பனே."

இச்செய்யுளைச் சொல்லும்போதே அவர் கண்களில் நீர் துளித்தது. தாயாரின் கண்ணீரைக் கண்ட சீவலவதேவர், நாம் மீள வழி யாது? என வினவினார். பூசைத்தாயாரோ வடகரை ஸ்தானாதிபதியார் பொன்னம்பலம் பிள்ளை மனசு வைத்தால் முடியும் எனக் கூறினார், உடனே சீவலவதேவர் தென்காசியிலிருந்து புறப்பட்டுச் சொக்கம்பட்டிக்கு வந்து பொன்னம்பலம் பிள்ளையைச் சந்திக்கிறார். அதன்பின் பொன்னம்பலம் பிள்ளையின் முயற்சியால் ஊத்துமலையில் வாழ அவர்களுக்கு வழி ஏற்படுகிறது. ஊற்றுமலையில் மீண்டும் வாழ்வோமென்று நம்பிக்கையை முழுதும் இழந்திருந்த பூசைத்தாயாருக்கு அந்நிகழ்ச்சி அளவிறந்த விம்மிதத்தை உண்டாக்கியது. பொன்னம்பலம் பிள்ளையே அதற்குக் காரணமென்பதை அவர் அறிந்தார். தம்முடைய நன்றியுணர்வை,

"கூட்டினான் மிகுந்த பாளையக்காரர் சேகரத்தைக் குறைவ ராமல்
சூட்டினான் மணிமகுடந் துரைபெரிய சாமிசெய்யுஞ் சுகிர்தத்தாலே
மூதீட்டினா னம்பலம்பொன் னம்பலத்தான் றிரிகூடவரையிற் கீர்த்தி
நாட்டினா னூற்றுமலை நாட்டரசு தழைக்கநி லைநாட்டினானே."

என்ற பாடலால் தெரிவித்துக் கொண்டார். பூசைத்தாயாரின் பொறுமையும் புலமையும் இழந்த அரசை மீண்டும் பெற்று தந்ததோடு இன்றும் பாராட்டப்பெறுகிறது.

இருதயாலய மருதப்பத்தேவர்

ஊத்துமலை சமஸ்தானத்தை ஆண்ட ஜமீன்தார்களுள் இருதயாலய மருதப்பத்தேவர் மிகுந்த தமிழ்ப்பற்றும் திராவிட இனப்பற்றும் உடையவராகத் திகழ்ந்தார். இவருடைய காலத்தை **'தமிழ் இலக்கிய வரலாற்றின் பொற்காலம்'** என்று வர்ணிக்கிறார்கள். ஏனெனில் இவருடைய ஆட்சிக் காலத்தில் அவரின் அரண்மனையில் தமிழ்ப் புலவர்கள் போற்றிப் பாதுகாக்கப்பட்டார்கள். புலவர்களை அழைத்து வந்து தமிழ் வளர்க்கும் பணியும் தொய்வில்லாமல் நடந்தது. இரவு பகலாக ஓலைச் சுவடியில் புலவர் பெருமக்கள் கவிதைகளை வடித்தனர். '1218 இல் வீரகேரளன் என்ற மலையாளதேச மன்னனால் உருவாக்கப்பட்டது இவ்வூர். தென்காசிக்கு அடுத்து இந்தப் பிரதேசத்தில் பெரிய ஊராக இருந்தது இதுதான். மருதப்பர் காலத்தில் 38 புலவர்கள் ஜமீனில் இருந்தனர். இந்தளவுக்குத் தமிழ்ப் புலவர்கள் அதிகம் இருந்தது இந்த ஜமீனில்தான்!' என்று தமிழறிஞர் ச.வே.சுப்பிரமணியன் குறிப்பிடுகிறார்.

1. சென்னிகுளம் அண்ணாமலை ரெட்டியார்
2. புளியங்குடி முத்துவீரக் கவிராயர்
3. டி.என். புதுக்குடி திருக்கமலக் கவிராயர்
4. வாசுதேவநல்லூர் பழனியாண்டிப் புலவர்
5. வாசுதேவநல்லூர் கந்தசாமிப் புலவர்
6. வெள்ளங்கால் சுப்பிரமணிய முதலியார்
7. வீரகேரளம்புதூர் சுப்பிரமணியசாஸ்திரிகள்
8. வீரகேரளம்புதூர் கிருஷ்ண ஐயங்கார்
9. இராமநாதபுரம் முத்துராமலிங்க சேதுபதி
10. புலிகுளம் ஜமீன்தார் முத்துக்குமாரத்தேவர்
11. மதுரை ராமலிங்கம் பிள்ளை
12. திருச்செந்தூர் குஞ்சு பாரதிகள்
13. புனல்வேலி வரதராஜ பாரதிகள்
14. புனல்வேலி ராமசாமி பாரதிகள்

15. வேம்பத்தூர் பிச்சுஜயர்
16. வேம்பத்தூர் சர்க்கரை பாரதிகள்
17. சொக்கம்பட்டி செம்புலி பெரியசாமித்தேவர்
18. சொக்கம்பட்டி சீனித்தேவர்
19. மலையடிக்குறிச்சி முத்துசாமிப் புலவர்
20. இடைச்செவல் இராமானுஜ கவிராயர்
21. இலஞ்சி விஸ்வகுல சுப்பிரமணிய புலவர்
22. அமுதாபுரம் சங்கரலிங்கப்புலவர்
23. குன்னூர் குமாரசாமிப் புலவர்
24. முகவூர் இராமசாமி குருக்கள்
25. முகவூர் அருணாசலக் கவிராயர்
26. முகவூர் மீனாட்சிசுந்தரக் கவிராயர்
27. முகவூர் சுப்பிரமணியகவிராயர்
28. வண்டானம் முத்துசாமி ஐயர்
29. கல்போது புன்னைவனக் கவிராயர்
30. செவற்குளம் கந்தசாமிப் புலவர்
31. எட்டயபுரம் மாம்பழச்சிங்க கவிராயர்
32. வண்ணச்சரபம் தண்டபாணி சுவாமிகள்
33. கடிகை முத்துப்புலவர்
34. கன்றாபூர் கவிராயர்
35. வசனவிடு தூதுபாடிய கன்றாபூர் கவிராயர்

இருதாலய மருதப்பத்தேவரின் தமிழ்ப் பணி

இருதாலய மருதப்பத்தேவர் கல்வி ஞானம் மிகுந்தவர். தமிழறிஞர்களிடம் அவர் மிகுந்த நெருக்கம் கொண்டிருந்தார். அவர்களை அரவணைத்து உதவிகள் செய்தார். "தமிழ்ல இருக்கிற பழமையான இலக்கியங்களை வெளிக்கொண்டு வரவேண்டிய கடமை

என்னைப் போன்றவங்களுக்கு இருக்கு. இலக்கியங்கள்தான் நமக்குச் சொத்து. ஆனால், மொழி மேம்பாட்டுக்கான ஆதரவும் இங்கே குறைவா இருக்கு. அந்தக்காலத்தில் தமிழ்ப்பணிக்காகப் பெரும் செல்வங்களைக்கூட இழந்தவர்கள் இருந்தார்கள். எங்கள் வீரகேரளம்புதூரை உள்ளடக்கிய ஊத்துமலை ஜமீன் இருதயாலய மருதப்பர், 37 கவிஞர்களைக் கொண்டு ஊத்துமலை பிரபந்த திரட்டு ஒன்றை உருவாக்கினார். அந்தத் திரட்டின் ஒரு பிரதியைப் பொக்கிஷம் போல பாதுகாத்து வைத்திருக்கிறேன். காவடிச்சிந்து இயற்றிய சென்னிகுளம் அண்ணாமலை ரெட்டியார் போன்ற பலரை அரவணைத்துப் பாதுகாத்தார் மருதப்பர். நெல்லைக்கு வந்த உ.வே.சாமிநாத ஐயருக்கு ஒரு மாட்டுவண்டி நிறைய ஓலைச்சுவடிகளைக் தேடிக் கண்டுபிடித்துக் கொடுத்தார். அதில்தான் பத்துப்பாட்டும், குறுந்தொகையும் கிடைத்தன. மருதப்பரைப் பற்றி படித்த பிறகுதான் தமிழில் எனக்கு ஈடுபாடு வந்தது" என்று தமிழறிஞர் ச.வே.சுப்பிரமணியன் குறிப்பிட்டுள்ளார்.

தமிழ்த் தாத்தா என்றழைக்கப்படும் உ.வே.சா ஓலைச் சுவடிகளைப் புத்தகங்களாகப் பதிப்பித்த அண்ணல் ஆவார். அவர் பணி சிறக்க, இரண்டு வில் வண்டிகள் நிறைய ஓலைச் சுவடிகளை இருதயாலய மருதப்பதேவர் வழங்கியுள்ளார். உ.வே.சா தாம் எழுதிய 'நான் கண்டதும், கேட்டதும்' என்னும் நூலில், "ஊத்துமலை ஜமீன்தார்கள் கலைகளை மட்டுமன்றி, தமிழ் அறிஞர்களையும் போற்றி வந்தனர். இவர்களது அரண்மனையில் அதிகமான ஓலைச்சுவடிகள் உள்ளன. நான் முதல் முதலில் இருதாலய மருதப்பத் தேவரை அரண்மனையில் சந்தித்தபோது அவர் வேட்டைக்காரர் கோலத்தில் இருந்தார்" என்றும் "மன்னர் மருதப்பர், தினமும் காலையில் நான்கு மணிக்கு எழுந்து காலைக் கடன்களை முடிப்பார். பாலை பருகி 6 மணிக்கெல்லாம் பரிவாரங்களுடன் நகர் உலா செல்வார். யானை, குதிரை, காளை கட்டுமிடங்களை நேரடியாகப் பார்வையிடுவார். அவரால் அமைக்கப்பட்ட இருபுறமும் மரங்கள் சூழ்ந்த சாலையைப் பார்வையிட்டுக் கொண்டே உலாவுவார். காலை 8 மணி முதல் 10 மணி வரை தமிழ்ப் புலவர்களுடன் கலந்துரையாடுவார். காலை 10 மணிக்கு மேல் அரண்மனை கச்சேரிக்குச் சென்று சமஸ்தான பணிகளைக் கவனிப்பார். மதிய உணவுக்குப் பிறகு மீண்டும் 2 மணிக்கு தமிழ் நூல்களைப் படிக்க உட்காருவார். தொடர்ந்து மாலை 4 மணியிலிருந்து 6 மணி வரை சமஸ்தான வேலைகளில் ஈடுபடுவார். பின்னர் தன்னைப் பார்க்க வந்தவர்களை உபசரித்து பேசுவார். ஓலைகளில் எழுதியுள்ளதை அவர்கள் நீட்டுவார்கள். அவற்றைப் படித்து

பார்த்து மறுநாள் தனது கருத்தைச் சொல்வார். மாலையில் நல்ல பாடல்களை இசைக்கச் செய்து ஆலய வழிபாடு மேற்கொள்வார். வெளியூரில் இருந்து வந்த விருந்தினர்களை அவரே கோயிலுக்கு அழைத்து சென்று மரியாதை செய்து பிரசாதம் வழங்கி கவுரவிப்பார்" என்று குறிப்பிட்டுள்ளார்.

இருதயாலய மருதப்பத்தேவரின் தோற்றம்

முதல் முதலில் உ.வே.சா இருதயாலய மருதப்பத் தேவரைச் சந்தித்த நிகழ்வு பற்றி குறிப்பிடும் பகுதியில், இருதயாலய மருதப்பத்தேவரின் தோற்றம் மற்றும் பணிவு பற்றி விளக்கிச் செல்கிறார். வண்டி ஊற்றுமலையை அணுகியபோது எதிரே சாலையில் ஒரு சிறு படை வந்தது. அதைக் கண்டவுடன் என்னுடன் வந்த ஒருவர், 'அதோ, ஜமீன்தார் வருகிறார்' என்றார். நான் உடனே வண்டியை நிறுத்தச் செய்து கீழிறங்கினேன். நான் இறங்கியவுடன், 'மிகவும் சந்தோஷம். தங்களை வரவேற்கத்தான் இந்த வழியாக வருகிறேன்' என்று ஒரு கம்பீரமான தொனி கேட்டது. நிமிர்ந்து பார்த்தேன். வேட்டைக் கோலத்தில் ஒரு வீரர் நின்றார். சுற்றிலும் பார்த்தேன். அவரைச் சூழ்ந்து ஆயுதபாணிகளாகிப் பல மறவர்கள் மிக்க வணக்கத்தோடு நின்றார்கள். பல நாய்கள் உடன் வந்தன. 'நம்மை வரவேற்கவா இந்த வேட்டைக் கோலத்தோடு வந்திருக்கிறார். இவர் பழங்காலத்து வீரரைப் போலவல்லவோ இருக்கிறார்?' என்று எண்ணினேன். என் கண்கள் அவருடைய தோற்றத்தில் ஈடுபட்டு அடி முதல் முடி வரையில் நோக்கின. அவருக்கு அப்போது பிராயம் ஐம்பதுக்கு மேல் இருக்கும். 'அவ்விடத்தில் சிரமம் வைத்துக் கொள்வானேன்? நான் அரண்மனையிலே வந்து கண்டிருப்பேனே' என்று புன்னகையுடன் சொன்னேன். 'நீங்கள் வருவதாக எழுதியது முதல் ஒவ்வொரு நாளும் எதிர்பார்த்துக் கொண்டே இருக்கிறேன் நேரே அரண்மனைக்குச் செல்லுங்கள். சிறிது தூரம் போய் வந்து விடுகிறேன்' என்று சொல்லி அவர் புறப்பட்டார். நான் அரண்மனையை அடைந்தேன். எனக்கு மிகவும் வசதியுள்ள ஜாகை ஹஜார வாசலின் மெத்தையில் அமைத்திருந்தார்கள். போனவுடன் ஸ்நானத்திற்கு வேண்டிய ஏற்பாடுகள் செய்யப் பெற்றன. பிறகு சிற்றுண்டிகளுடன் காபியும் கிடைத்தது. எல்லாவற்றையும் முடித்துக்கொண்டு எட்டு மணிக்கு ஆஸ்தானத்துக்குப் போனேன். அங்கிருந்த ஜமீன்தார் என்னைக் கண்டவுடன் எழுந்து, 'இருக்க வேண்டும்' என்று உபசரித்தார் என்று சுட்டுகிறார். உ.வே.சா புலவர்கள் மீது இருதயாலய மருதப்பத்தேவர் காட்டிய மரியாதையையும்,

பணிவையும் தம் நூலில் குறிப்பிட்டுள்ளார். புலவர்களோடு தமிழ்ச் செய்யுள்களைப் படித்து கொண்டிருந்த அவர், படித்து முடித்ததும், 'உத்தரவாக வேணும்' என்று தம்மைப் பார்த்து சொன்னதாகவும் மன்னரின் பணிவைச் சுட்டியுள்ளார்.

ஜமீன் இருதயாலய மருதப்பர்   தமிழ்த் தாத்தா உ.வே.சா

நன்னூலுக்கு உரை

மருதப்பர் சங்கர நமச்சிவாயர் என்னும் புலவரை நன்னூலுக்கு உரை எழுதச்செய்துள்ளார். நன்னூலுக்கு, மயிலைநாதருக்குப்பின் உரை எழுதிப் பெரும்புகழ் பெற்றவர் சங்கர நமச்சிவாயர் ஆவர். இவர் பதினோழாம் நூற்றாண்டில் திருநெல்வேலியில் தடிவீரையன் கோயில் தெருவில் வாழ்ந்தவர் சைவ வேளாளர் குடியில் தோன்றியவர். அக்காலத்தில் இவரைச் சங்கர நமச்சிவாய பிள்ளை என்றும், சங்கர நமச்சிவாயப் புலவர் என்றும் வழங்கி வந்தனர். இவரது ஆசிரியர், நெல்லை ஈசான மடத்திலிருந்த இலக்கணக் கொத்தின் ஆசிரியராகிய சாமிநாத தேசிகர். தொல்காப்பியம் முதலிய இலக்கணங்களையும், சங்க இலக்கியம், வடமொழி நூல்கள் ஆகியவற்றையும் நன்கு

பயின்றவர் இவர். சைவ சித்தாந்தங்களையும் திருமுறைகளையும் வைணவ இலக்கியங்களையும் கற்றுத் தேர்ந்தார். இவரைச் சிறப்புப் பாயிரம், 'பன்னூற் செந்தமிழ்ப் புலவன்' என்று பாராட்டுகின்றது. சங்கர நமச்சிவாயர் தம் ஆசிரியராகிய சாமிநாத தேசிகரை,

"நன்னெறி பிறழா நற்றவத் தோர்பெறும்
தன்னடித் தாமரை தந்துஎனை ஆண்ட
கருணையங் கடலைஎன் கண்ணைவிட்டு அகலாச்
சுவாமி நாத குரவனை அனுதினம்
மனமொழி மெய்களில் தொழுது"

என்று போற்றுகின்றார்.

"சாமிநாத தேசிகர் மட்டுமன்றி இலக்கண விளக்கம் வைத்தியநாத தேசிகர் முதலியோரும் அவரைப்போன்ற வேறு சில பெரியாரும் இவர் காலத்தில் திருநெல்வேலியில் இருந்தவர்கள் ஆதலின், கல்வி கேள்விகளில் சிறந்த ஓர் இலக்கண நூலுக்கு உரை இயற்றுதற்குப் போதிய ஆற்றலைப் பெறுவது இவருக்கு எளிதாயிற்று" என்பார் உ.வே.சாமிநாத ஐயர்.

மருதப்பரின் ஆதரவு

சங்கரநமச்சிவாயர் உரை எழுதிக் கொண்டிருக்கும் போது மருதப்பர் வேண்டிய உதவிகளைச் செய்து தந்து, உரையை அரங்கேற்றிப் பரிசு நல்கிச் சிறப்பித்தார். மாதம் ஒன்றுக்கு நான்கு கோட்டை நெல்லும், தினந்தோறும் ஒருபடி பாலும் அவருக்குச் சன்மானமாக வழங்கப்பட்டது. நன்னூலுக்குச் சங்கர நமசிவாயப்புலவர் எழுதிய உரை மிகச்சிறந்தது என்று போற்றப்படுகிறது. இவரைக்கொண்டே தொல்காப்பியத்துக்கும் ஊத்துமலை ஜமீன்தார் உரை எழுதவைத்தார். அந்த உரை திருவனந்தபுரம் அரசு காப்பகத்தில் தற்போதும் பாதுகாக்கப்பட்டு வருவதாகச் சொல்லப்படுகிறது. சங்கரநமச்சிவாயர் நன்னூலுக்கு உரை இயற்றக் காரணமாய் இருந்தவர், ஊற்றுமலை ஜமீன்தாராகிய மருதப்பத் தேவர் ஆவார். உரைப்பாயிரத்துள் சங்கரநமச்சிவாயர் ஊற்றுமலை மருதப்பரை,

"ஊற்றுமலையில் வாழும் ராஜராஜன்
பொன்மலை எனஇப் புவிபுகழ் பெருமை
மன்னிய ஊற்று மலைமரு தப்பன்
முத்தமிழ்ப் புலமையும் முறையர சுரிமையும்
இத்தலத்து எய்திய இறைமகன்"

என்று போற்றுகின்றார். மருதப்பர் கூற, தாம் உரை இயற்றிய வரலாற்றை,

"...ஊற்றுமலை மருதப்பன்
'நன்னூற்கு உரைநீ நவையறச் செய்து
பன்னூற் புலவர்முன் பகர்தி'என்று இயம்பலின்,
நன்நா வலர்முக நகைநா ணாமே
என்னால் இயன்றவை இயற்றும் இந்நூலுள்"

என்று உரைக்கின்றார்.

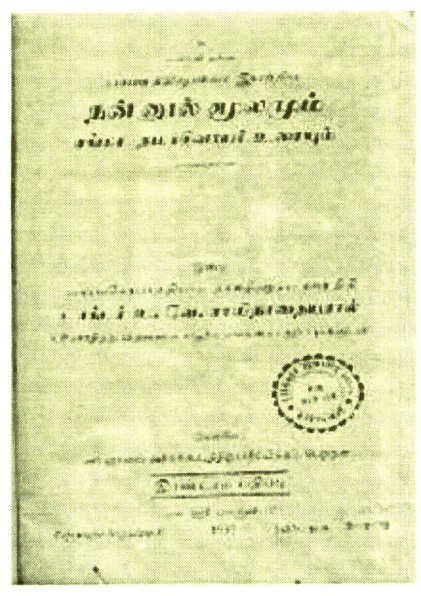

அண்ணாமலை ரெட்டியார்

காவடிச் சிந்து என்ற நூலை இயற்றியவர் அண்ணாமலை ரெட்டியார். இவர் திருநெல்வேலி சங்கரநயினார் கோவிலை அடுத்த சென்னிகுளம் என்னும் ஊரில் 1865 ஆம் ஆண்டு பிறந்தார். இவர் சிறு வயது முதலே விகடகவியாய்த் திகழ்ந்தார். அண்ணாமலையார் திண்ணை பள்ளிக் கூடத்தில் சேர்ந்து படித்து வந்த காலத்தில் ஒரு முறை வீட்டுப்பாடம் எழுதி, அதன் கீழ் 'தமைய பருவதம்' என்று கையெழுத்திட்டு ஆசிரியரிடம் தர, 'தமைய பருவதம்' என்பதன் பொருள் ஆசிரியருக்குப் புரியவில்லை. ஆசிரியர் இவரிடம் 'அண்ணாமலை!

தமைய பருவதம் என்று இதன் கீழே கையெழுத்திட்டுள்ளாயே! அதன் பொருள் என்ன?' என்று வினவியுள்ளார். அதற்கு அவர், 'தமையன்' என்றால் 'அண்ணா', 'பருவதம்' என்றால் 'மலை'. அண்ணாமலை' என்ற பெயரைத்தான் அவ்வாறு எழுதியுள்ளேன் ஐயா' என்று பணிவுடன் கூறினாராம்.

திருநெல்வேலி இராமசாமிக் கவிராயரிடம் கல்வி கற்று, பின்னர் ஊற்றுமலை ஜமீன்தார் சுந்தரதாஸ் பாண்டியனின் சமஸ்தான வித்துவானாக விளங்கினார். திருவாவடுதுறையிலிருந்து சென்னிக்குளம் வந்து சேர்ந்த அண்ணாமலை, மீண்டும் சுந்தர அடிகளின் உதவியினால் ஊற்றுமலைக்கு வந்து அங்கு அரசராக இருந்த இருதயாலய மருதப்பத் தேவரின் அரசவைப் புலவராக அமர்ந்தார்.

"சீர்வளர் பசுந்தோகை மயிலான் - வள்ளி
செவ்விதழ்அல் லாதினிய
தெள்ளமுதும் அயிலான்
போர்வளர் தடங்கையுறும் அயிலான் - அவன்
பொன்னடியை இன்னலற
உன்னுதல்செய் வாமே."

என்று தொடங்கிய பாடலை, ஒரு முறை கழுகுமலைக்குக் காவடி எடுத்தபோது வழிநெடுகத் தொடர்ந்து பாடிக்கொண்டே சென்றார். பாடல் கேட்ட அனைவரும் 'முருகா முருகா' என்று கூறி மெய் மறந்தனர். எத்தனையோ பாடல்கள்! ஒவ்வொரு பாடலும் வெவ்வேறு சந்தம்! வெவ்வேறு மெட்டு, வெவ்வேறு துறை. எல்லாம் புதுமை, எதுகை, மோனைகள் வந்து ஏவல் கேட்டன. இயைபுத்தொடை அடிதோறும் அணி வகுத்து நின்றது. அன்றிலிருந்து, 'வாக்கிற்கு அருணகிரி' என்ற வாசகம், 'வாக்கிற்கு அண்ணாமலை' என்று விரிந்தது. பழைய பாடல்களின் சாயல் அறவே இல்லாத புதுவகை நாட்டுப் பாடலாகக் காவடிச்சிந்து மலர்ந்தது. அண்ணாமலையார் பல்வேறு நூல்களை இயற்றி இருப்பினும் அவருக்குப் புகழ் சேர்த்தது காவடிச்சிந்துப் பாடல்களே ஆகும். காவடிச்சிந்து மட்டும் அவர் காலத்திலேயே அச்சாகிவிட்டது. வழிநடையில் பாடப்பட்ட காவடிச்சிந்துப் பாடல்களை எல்லாம் ஊற்றுமலையரசர் திரட்ட முயன்றார். இருபத்து நான்கு பாடல்களே முழுமையாகக் கிடைத்தன. மற்றவை ஆசுகவியாகப் பாடப்பட்டமையால் காற்றோடு கலந்து மறைந்து போயின. ஊற்றுமலையரசர் கிடைத்தவற்றை மட்டும் காவடிச்சிந்து எனப்பெயரிட்டு, ஆயிரக்கணக்கான பிரதிகள் அச்சிட்டு நாடெங்கும் இலவசமாக வழங்கினார்.

காவடிச் சிந்து பதிப்பு

இப்பாடல்களை இருதயாலய மருதப்பத் தேவர் நூலாக வெளியிட்டது பற்றி ஒரு செவிவழிச் செய்தி வழங்கப்படுவதுண்டு. ஊத்துமலை அரசவையில் தலைமைப் புலவராக அமர்த்தப்பட்டிருந்த அண்ணாமலையார் ஒரு நாள் அரசவைக்கு வந்தபோது, மகாராஜா! நேற்றே நான் வர வேண்டியது முடியவில்லை. மன்னிக்க வேண்டும். எனக்காக மெனக்கெட்டு வண்டி அனுப்ப வேண்டுமா என்று புலவர் ஆதங்கப்பட, மன்னர், 'உமக்காகவா அனுப்பினேன்! தமிழுக்காக அனுப்பினேன்' என்றார் பின், 'தமிழ் நடந்து வரலாமா?' என்று மன்னர் கேட்டார். 'காவடிசிந்து நடந்து தானே வர வேண்டும்' என்ற புலவர் பதில் கூற, 'அது கூடாது என்று தானே உமது காவடி சிந்தை நாமே அச்சுவாகனம் ஏற்றி இருக்கிறோம்' என்று மன்னர் கூறினார். அக்கணம் மனம் நெகிழ்ந்து போன புலவர், மன்னரின் அன்பில் திளைத்தாராம்.

காவடிச்சிந்து நூல் அச்சானதற்கு மகிழ்ந்த அண்ணாமலையார், ஊற்றுமலையரசரையும், அச்சிட்ட நெல்லையப்பக் கவிராயரையும் பாராட்டி, ஐந்து கவிகள் பாடியுள்ளார். காவடிச் சிந்து முதல் பதிப்பு அச்சிடுவதற்கு ஊற்றுமலை ஜமீன்தார் பொருளுதவி செய்தபோது,

அவர் பேரில் ரெட்டியார் பல பாடல்கள் பாடி, தம் நன்றியை வெளிப்படுத்தியுள்ளார். அவற்றுள்,

"ஊற்றுமலையில் வாழும் ராஜராஜன்
படங்கிடங்கர்ச் சனைபுரியும்
பயோதரங்கண் வளர்மாடப்
பந்தி யும்போர்
தொடங்கிடங்கர் தெலுங்கர்வங்கர்
துளுவர்கரு நாடருயிர்

துடிப்புற் றோட
வுடங்கிடங்கர்க் குலம்பிறழ்பற்
பேழ்வாயங் காப்பினுட
னுலாவு கின்ற

தடங்கிடங்கர் களுந்திகழு
மூற்றுமலை மேவியவா
சராச ராசன்"

"வீரகேரளம்புதூர் ஸ்ரீநவநீத கிருஷ்ணப் பெருமாளுக்கு நேசன்
தடங்கான கத்தனத்தி
னொடுநடந்தோன் பழவடியர்
தமக்குத் தாய்க்கெண்

மடங்கான கத்தனத்தி
னகரனைப்போ ரிடைமறைத்தோன்
மகர மூருங்

கிடங்கான கத்தனத்தி
நிகர்சுருபன் கோவியராங்
கிளரும் வம்புக்

கடங்கான கத்தனத்தி
யரைப்புணர்வீ ரைக்கடவுட்
கதிக நேசன்.

"இருதயாலயப் பெயர்கொண்ட அற்புத சுசீலன்
பெட்பரத னத்துடன் பொன்
மலையிரண்டு பிறந்ததெனப்
பெருத்துக் கச்சுக்

குட்பரத னத்துணைகள்
புதைக்கவடங் காதுகிழித்
துருவ வன்பாந்

தட்பரத னத்துறழ்கந்
தரமடவா ரமிழ்துகைத்துத்
தனது செவ்வாய்ப்

புட்பரத னத்துறைச்செ
யிருதயா லயப்பேரற்
புதசு சீலன்"

என சில பாடல்கள் (329- 331) அமைந்துள்ளன.

மருதப்பரைப் போற்றி அண்ணாமலை ரெட்டியார் 344 பாடல்களைப் பாடியுள்ளார். இந்நூலில் அரண்மனையின் அலங்காரத்தைப் பற்றியும், மருதப்பரின் செல்வச் செழிப்பான வாழ்க்கை மற்றும் இறைபக்தி பற்றியும் வர்ணித்து எழுதப்பட்டுள்ளது. இக்காவடிசிந்து ஐ.நா சபையில் இசைப் பேரரசி எம்.எஸ்.சுப்புலெட்சுமியால் பாடி கூடுதல் பெருமை பெற்றது குறிப்பிடத்தக்கது.

தமிழ் தந்த நெருக்கம்

ஜமீன் இருதயாலய மருதப்பத்தேவருக்கும் அண்ணாமலை ரெட்டியாருக்கும் தமிழால் நெருக்கம் அதிகம். ஊத்துமலை ஜமீன்தார் மருதப்பர் ஒரு சமயம் இவரின் வருகையை எதிர்பார்த்து காத்திருந்த நேரத்தில், அண்ணாமலையார் காலதாமதமாக வந்து சேர்ந்தாராம். கோபமாக இருந்த மருதப்பர் தாமதத்திற்கான காரணத்தைக் கேட்க, 'முட்டாளுடன்' வந்ததால் காலதாமதம் ஆகிவிட்டது என்று கூற, ஜமீன்தாரின் கோபம் இன்னும் அதிகரித்திருக்கிறது. பின்னர், வருகிற வழியில் கால்களில் முள் குத்தி விட்டதாகவும், முள் குத்திய காலுடன் வேகமாக நடக்க முடியாததால் காலதாமதமானதாகவும் விளக்கம்

கூறினாராம். அதையே தான், 'முள் தாள்' என்று குறிப்பிட்டதாகவும் கூற மருதப்பர் கோபம் தணிந்து அவரை ஆரத்தழுவிக் கொண்டாராம்.

ஒருமுறை ஜமீன்தார் அவர் மனைவியுடன் வழிபாட்டிற்காகக் கோயிலுக்கு வந்திருந்தபோது, அண்ணாமலையார் ஜமீன்தாரியைப் பார்த்து, 'தங்கச்சி வந்தியா' எனக் கேட்க, புலவர் ஒருமையில் அழைத்துவிட்டாரே எனக் கூட்டத்தில் சலசலப்பு ஏற்பட்ட, அண்ணாமலையாரோ, ராணி அணிந்திருப்பது, 'தங்க சிவந்தியா?' எனக் கேட்டதாய்க் கூற, கூட்டத்தார் அமைதியாகி இவரது புலமைத் திறனைக் கண்டு வியந்தனராம்.

ஒருமுறை வழக்கமான சமையல்காரர் எங்கோ சென்றுவிட, புதிய நபர் அந்தப் பொறுப்பை ஏற்றார். அவருடைய சமையலை ஜமீன் உட்பட அனைவரும் சாப்பிட்டனர். அப்போது தமது வழக்கமான 'கிண்டல்' தொனியில் அண்ணாமலை ரெட்டியார், இந்த சமையல்காரனின் சமையலில் 'உப்பும் இல்லை உரப்பும் இல்லை' என்று தோன்றும் வகையில் ஒரு பாடலைச் சொன்னார். ஜமீனில் எல்லாம் இருக்க, ஒரு கவியின் வாயால் ஜமீன் உணவில் 'உப்பு இல்லை உரப்பு இல்லை' என்று 'இல்லை' என்கிற வார்த்தை வந்துவிட்டதே என்று வருந்திய மருதப்பத்தேவர், சமையல்காரரைக் கூப்பிட்டு கண்டித்தார். நடுங்கிய சமையல்காரர், கவி ரெட்டியாரிடம் சென்று, 'என்னங்க இப்படிப் பாடிட்டீங்க! ஜமீன் என்னைக் கோபித்துக் கொண்டார். அதை நீங்க என்னிடம் தனியாகச் சொல்லியிருக்கக் கூடாதா?' என்றார். மறுநாள் வழக்கம்போல் சாப்பாடு. அன்றைய உணவைப் பற்றி கவி என்ன நினைக்கிறார் என்று தெரிந்துகொள்ள மருதப்பர் ஆசைப்பட்டு, 'இன்றைய சமையல் எப்படி?' என்று கேட்க, கவியோ 'சாப்பாடு தேவாமிர்தம்' என்று ஒரு பாடலையும் பாடினார். மருதப்பருக்குச் சிரிப்பு. 'என்ன... சமையல்காரருக்குப் பயந்து பணிஞ்சுட்டீரோ? நேற்று உப்பும் இல்லை. உரப்பும் இல்லை என்றீர். இன்று தேவாமிர்தம் என்கிறீரே!' என்று நக்கலாகக் கேட்க, கவி சொன்னார்... 'நான் நேற்று சொன்னதையேதான் இன்றும் சொல்கிறேன்...' என்றார். மருதப்பருக்கோ ஆச்சரியம். 'தெளிவாகச் சொல்லும்' என்று கேட்க, அண்ணாமலை ரெட்டியார் சொன்னார்.. 'தேவாமிர்தத்துக்கு ஏது உப்பும் உரப்பும்?' எனக் கூறினாராம்.

இன்னொரு நாள்... 'ஜமீனில் தென்னைமரம் வைகுந்தத்தைவிட உயரம். தேங்காய்கள் வைகுந்தத்துக்கு மேலே காய்க்கின்றன. அதனால் அமிர்தத்தைவிட இனிப்பாயிருக்கின்றன' என்று பாடினார்

கவி. மருதப்பருக்கு வருத்தம் ஏற்பட்டது. ‘என்னதான் நம் ஜமீனை உயர்த்திப் பாடலாம் என்றாலும், வைகுந்தத்தை இப்படி குறைத்துச் சொல்லலாமா?’ என்று கேட்க, ‘அங்கே பாருங்கள்... நவநீதகிருஷ்ணஸ்வாமி கோயில் நமக்கு வைகுந்தமல்லவா? கோயில் விமானத்துக்கு மேலே காய்த்திருக்கும் தேங்காய்களைப் பார்த்தால் நான் சொன்னதில் தவறில்லை என்பீர்கள்...’ என்றாராம் கவிஞர்.

இவ்வாறு பல சந்தர்ப்பங்களில் நகைச்சுவை உணர்வை வெளிப்படுத்திய இவர், தம் இறுதிகாலத்திலும் அதை வெளிப்படுத்த தவறவில்லை. இருபத்தாறு வயதிலேயே நோய்வாய்ப்பட்ட இவர் சென்னிகுளத்தில் உள்ள தம் வீட்டில் படுத்திருந்தார். அவரைக் காண மருதப்பர் அங்கு வர, ‘வாடா மருதப்பா’ என ஏக்கத்தோடு அழைத்தாராம். உடன் வந்தோர், மன்னரைப் பார்த்து ‘வாடா’ என்று கூறிவிட்டாரே என்று சங்கடப்பட, மன்னரோ, ‘புலவரே! நான் வாடாமல் இருப்பதால்தான் உம் வாட்டம் போக்க வந்துள்ளேன்’ என்று அவரைத் தேற்ற, இருவரின் நயமான தமிழ் உரையைக் கேட்டு உடன் வந்திருந்தோர் நெகிழ்ந்து போயினராம்.

வெள்ளக்கால் ப.சுப்பிரமணிய முதலியார், வீரகேரளம்புதூர் சுப்பிரமணிய சாஸ்திரியார், கரிவலம்வந்தநல்லூர் உத்தண்டம்பிள்ளை, பாண்டித்துரைத்தேவர் முதலியோர் அண்ணாமலையாருடன் பழகிய சம காலத்தவர் ஆவர். மதுரை தமிழ்ச்சங்கத்தில் பண்டித பட்டம் பெற்ற பரன்குன்றாபுரம் பண்டித மு.நல்லசுவாமி நாடாரின் நண்பர்களுள் ஒருவராக அண்ணாமலைத் திகழ்ந்தார். இவரைக் குறித்து அப்பண்டிதர் பாடிய,

“இந்து வாழ்சடை நாதன்றன் மைந்தனாம்
 ஏற்ற நற்குகற் போற்றவே காவடிச்
சிந்து பாடிய அண்ணா மலையுடன்
 சேர்ந்து வாழ்ந்திட்டோன் செவ்வற்குளத்தினோன்
கந்தசாமி எனுங்கவி ராயனெக்
 கலையுந் தேர்ந்தவன் காணிசை நாரதன்
எந்த வேளையும் ஈசனைப் போற றுவோன்
 எனக்கு நண்ப னாக இருந்தனன்”

என்ற பாடல் அதற்குச் சான்றாகும்.

அண்ணாமலையார் ஊற்றுமலையரசரின் குலதெய்வமாகிய வீரகேரளம்புதூர் நவநீதகிருஷ்ணர் மீது வீரையந்தாதி, வீரைப்பிள்ளைத்

தமிழ் முதலிய சில பிரபந்தங்களைப் பாடியுள்ளார். சங்கரன்கோவில் கோமதியம்மன் மீது சங்கரன்கோவில் திரிபந்தாதி, கருவை மும்மணிக்கோவை, கோமதி அந்தாதி உள்ளிட்ட பல சிற்றிலக்கியங்களையும் அண்ணாமலையார் படைத்தளித்தார். இவர் தீரா நோய் காரணமாக 1891ல், தம் 26ஆம் வயதில் காலமானார்.

புளியங்குடி முத்துவீரப்பக் கவிராயர்

இருதயாலய மருதப்பத்தேவர் அரசவைக் கவிஞருள் முத்துவீரப்பக் கவிராயரும் ஒருவர். 'அவ்விடத்தில் (ஊத்துமலை ஜமீன் அரசவையில்) நான்கு புலவர்கள் உடன் இருந்தனர். முத்துவீரப் புலவர், அண்ணாமலைப் புலவரென்று இருவர் பெயர்கள் மாத்திரம் ஞாபகம் இருக்கின்றன.' என்று உ.வே.சா குறிப்பிட்டுள்ளது ஈண்டு நினைத்தற்குரியது. சங்கரன்கோயில் தல புராணத்தின் முதல் ஆறு சருக்கங்கள் இவரால் இயற்றப்பட்டது குறிப்பிடத்தக்கது. இருதயாலய மருதப்பத்தேவர் ஒருமுறை பிள்ளை வேண்டி காசிக்குச் சென்றார். அப்பயணத்தை விளக்கி 120 கலி வெண்பாக்களைக் கொண்ட ஒரு நூல் செய்தார். அந்நூலின் காப்புப் பாடலில்,

"பொன்மருவு செல்வம் பொருந்தும் இருத யாலயவேள்
தென்மருவும் காசிக்குச் சென்றுவந்த – தன்மையெல்லாம்
வாணியாற் செப்பதற்கு மங்கலத்துக் கெல்லாம் முற்
காணியாம் ஐங்கரன்தான் காப்பு"

எனப் பாடியுள்ளார். ஜமீன்தார் பயணம் செய்த வழியைத் தன் பாடலில் சுட்டியுள்ளார். மதுரை, திருச்சி, திருவானைக்கா, ஸ்ரீரங்கம், திருவையாறு, சுவாமி மலை, கும்பகோணம், திருவிடைமருதூர், மாயூரம், சீர்காழி, சிதம்பரம், திருவொற்றியூர், மயிலாப்பூர், திருவான்மியூர், வெங்காவூர், ஹைதராபாத், பம்பாய் வழியே காசியை அடைந்ததாகக் குறிப்பிடுகிறார்.

திருமலை வேற் கவிராயர் (காலம் : 1868 – 1944)

இவர் சங்குப் புலவரின் திருமகனார் ஆவார். தந்தை போல தனயனும் தமிழன்னையின் அருந்தவப் புதல்வராய் விளங்கினார். சிவகிரி சமஸ்தான வித்துவானாகத் திகழ்ந்த இவர் திருக்கருவைத் தல புராணம், திருக்கருவைச் சந்தப்பா, திருக்கருவை பால்வண்ண நாதர் வண்ணம் முதலிய பல நூல்களை இயற்றியுள்ளார். சீட்டுக்கவி, பிராதுக்கவிகள், யமகம், திரிபு, சிலேடை அமைந்த கவிகள் பாடுவதில் வல்லவர். மதுரம், வித்தாரம், சித்திரம் ஆகிய முறையில் கவி இயற்றும்

திறமை பெற்றவர். இவர், இருதயாலய மருதப்பத்தேவரிடம் தனது கவித்திறன் மூலம் பரிசும், பாராட்டும் பெற்றுள்ளார்.

வெள்ளங்கால் சுப்பிரமணிய முதலியார்

தமிழ்ப் பெருங்கவி வெள்ளங்கால் சுப்பிரமணிய முதலியார் பெருஞ்செல்வத்தோடு சீரும் சிறப்புமாக வாழ்ந்தவர். இவர் மருதப்பரையும், வீரை நகரையும் தம் பாடல் வழி சிறப்பித்துள்ளார்.

"கைக்கிளையா லலர் மேன்மங் கைக்கிளையா
ளென்னுமொரு காரி கை சேக்
கைக்கிளையா வளவுந்தொ கைக்கிளையா
வையும்பிரிந்துங் களித்து வாழ்தன்
கைக்கிளையாள் நின்பணிசெய் கைக்கிளையாள்
கவலைமுளை தன்னையுன் செங்
கைக்கிளையா வாளைகமு கைக்கிளையாத்
தாம் வீரை காக்குங் கோவே"

என்ற அகத்துறை பாடலில் வீரை நகரைக் காக்கும் அரசனே என்று பாடியுள்ளார்.

பரன்குன்றாபுரம் பண்டித மு. நல்லசுவாமி நாடார்

மதுரை தமிழ்ச் சங்கத்தில் பண்டித பட்டம் பெற்ற இவர், அண்ணாமலை ரெட்டியாருக்கு இணையாகக் கவிபாடும் வல்லமை பெற்றவர் ஆவார். அவர் தம் பாடல் ஒன்றில்,

"மீக்கொளுரை ஒன்று கேண் மோ
நடையருந் தமிழ் புனை யண்ணாமலை தனக்கு நிகர்
நல்ல சுவாமிக் கவி ஞனியான்
நாளுமுன் மீதன்பு பூண்டுளே னென்னினும்
நற்கவிகள் புனைந்துன் கீர்த்தி
இடங்கொளப் புகன்றிலேன் இதுகாலும் என்பதே
என்னுளத் தெண்ணமாகி
இயற்றியே கவிதைசில விடுத்தான் அவற்றை நீ
இனிது கண் டுவந்திட் டாயே!"

என்று பாடியிருப்பதிலிருந்து அதனை அறியலாம்.

திருக்கமலப் புலவர்

ஊத்துமலை அரண்மனைக் கவிஞராகத் திகழ்ந்த இவர், இருதயாலய மருதப்பத் தேவர் மீது பல பாடல்கள் பாடியுள்ளார்.

"கஞ்சனங் கைக்குமா ராதிருக்கின்றான்
கனக சப்பிரமஞ் சத்தனை வாயையா
கஞ்சனங் கைக்குமா ராற்றல் காட்டிவெல்
காவலா இருதயாலய பாண்டியனெ"

என அப்பாடல் அமைந்துள்ளது.

சிவஞான மருதப்ப பூபதியின் தொண்டு

இருதயாலய மருதப்பருக்குப்பின் ஆட்சிக்கு வந்தவர் சிவஞான மருதப்ப பூபதி ஆவார். இவரும் புலவர்களுடன் நல்லுறவு கொண்டிருந்தார். பரன்குன்றாபுரம் பண்டித மு. நல்லசுவாமி நாடார் தாம் பாடிய சீட்டுக்கவி பாடலில்,

"குடவளைக் குலமகடு நெகஉளைந் துளைந்துதரு
குளிர்காள முட்டை யோர்ப்பிற்
குருகடைக் கிடைகொள் கமலத்தடஞ் சூழமெயில்
குலவு குருந் தம்புளி யில்வாழ்
மிடல் கொள்பூ வரசர் திறை கொணரும் வைபோக புகழ்
மேவுதென் ஊற்று மலைக்கு
மிகு ராச ராசனே சிவஞான பாண்டியா!"

எனச் சிவஞான மருதப்ப பூபதியைப் பற்றி பாடியுள்ளார். மேலும் அவர்மீது,

"மொழியமுதம் களங்கமுகு முகங்குலவு
களங்கமுகு முதிய சந்திரன்
விழிமுறுவல் இடைகொடிய விடந்தாளம்
மிடைகொடிய விளங்கு மின்னாள்
பழிமதனின் கணையானாள் பணியிகந்தங்
கணையானாள் பரிவின் ஆள்வாய்
செழிதருநல் வீரையனே சிவஞான
வீரையனே செயசிங் கேறே!"

என்ற அகப்பொருட்சுவை உடைய பாடல் ஒன்றையும் பாடியுள்ளார்.

கருவூலஜோதி எஸ்.எம்.பாண்டியனின் தமிழ்ப் பணி

தர்மபுத்திரன் எழுதிய ‘வாள் எழுபது’ என்ற நூலின் ஓலைச்சுவடிகள் சேகரிக்கப்பட்டு, 43வது பட்டம் கருவூலஜோதி எஸ்.எம்.பாண்டியன் காலத்தில் (2001) ஊத்துமலை ஜமீன் சார்பில் அச்சில் பதிப்பித்து வெளியிடப்பட்டது.

பண்டு புகழ் ஊற்றுமலை சமீன்தார் எஸ்.எம்
பாண்டியனார் மன்னர்குலக்குரிசில் ஆவார்.
திண்டில் சேர் முன்னோர்கள் வரலா றெல்லாம்
திறக்காத சுவடிக்குள் உறக்கங் கொள்ளும்
வண்டமிழில் மறவர் குடிப்பெருமை சாற்றும்
வாள் எழுபது எனும் இந்தப் பனுவல் ஆய்ந்து
கண்டுணர்ந்து பதிப்பித்தார் ககன வண்ணன்
கருணையினால் நீடினது நிலைத்து வாழ்க!

என்று ஓலைச்சுவடியில் இருந்து இந்நூலைப் பெயர்த்து எழுதிய நெல்லை க.சுப்பிரமணியன் எஸ்.எம்.பாண்டியனைப் புகழ்ந்துள்ளார். அவரின் மாணவரான கவிஞர் இரதமுடையார் குளம் க.அரங்கசாமி இப்பணியில் துணைநின்றதோடு,

“பொன்னூற்றாய் வரும்சித்திர நதிவளர்ஞ்சேர்
வீரைநகர் பொருந்தி வாழும்
மன்னூற்று மலைஜமீன்தார் மாதவம்சேர்
கருவூல ஜோதி மன்னன்
மின்னூற்றாய் ஒளி நிறைந்த சிவஞான
மருதப்பப் பாண்டி யன்தாம்
இன்னூற்றுக் கணக்கான சுவடிகளில்
வாளெழுப தென்னும் நூலை
இலக்கியங்கள் மரவு நிலை
வரலாறு இனிய நோக்கும்
துலங்குவணம் படியெடுத்து அச்சேற்று
பலசிறப்பும் தோன்றச் செய்தார்”

என்று எஸ்.எம்.பாண்டியனின் தமிழ்ப் பணியைப் புகழ்ந்து பாடியுள்ளார்.

ஆன்மிகத் தொண்டு

ஊத்துமலை ஜமீன்தார்கள் ஆன்மிகத்தில் அதிக ஈடுபாடுடையவர்களாகத் திகழ்ந்தனர். ஊத்துமலை ஜமீன்தார்கள்

கோயில்களைப் பராமரிப்பதில் ஆர்வம் கொண்டவர்களாகத் திகழ்ந்தனர். ஊத்துமலை ஜமீன்தாரும், அவரது வழித்தோன்றல்களும் திறம்பட ஆன்மிகத் தொண்டு புரிந்துள்ளனர் எனலாம். தமிழுக்குச் சிறந்த தொண்டாற்றிய அவர்கள் கோயில்களைப் புனரமைப்பதிலும் திருவிழா நடத்துவதிலும் முன்னணியில் நின்றிருக்கின்றனர். கொண்டயங்கோட்டை மறவர்களும், மேற்குத் தொடர்ச்சி மலைகளில் பாளையம் அமைத்தவர்களும், இதர மறவர் தலைவர்களும் சைவர்கள் (சிவனை வழிபடுபவர்கள்). ஆனால் ஊத்துமலை ஜமீன்தார்கள் வைணவர்கள் (பெருமாளை வணங்குபவர்கள்) ஆவர். ஆயினும் சைவத்தையும் வைணவத்தையும் ஒருங்கே கருதி ஆன்மிகப் பணியாற்றினர்.

மருதப்பர், அகரம் என்ற ஊரில் மனக்காவல் ஈஸ்வரர், சிவகாமியம்மைக்குப் பெருங்கோயிலைக் கட்டியுள்ளார். ஊத்துமலை ஜமீன்தார்கள் ஸ்ரீரங்கம் ரங்கநாதர் கோயில், திருச்செந்தூர் முருகன் கோயில், திருநெல்வேலி நெல்லையப்பர் கோயில், திருக்குற்றாலம் குற்றால நாதர் கோயில் உள்ளிட்ட பல கோயில்களின் நித்திய பூஜைக்கு நிலங்களைத் தானமாக வழங்கியுள்ளனர். மன்னார் கோயிலில் உள்ள ராஜகோபாலசுவாமி கோயிலில் கொடிமரம் நிறுவியுள்ளனர். நாங்குநேரி வானமாமலை ஜீயர் மடத்துக்கும் ஊத்துமலை மன்னருக்கும் மிக நெருங்கிய தொடர்பு இருந்துள்ளது. ஊத்துமலை ஜமீன்தார்களின் குலதெய்வம் நவநீதகிருஷ்ணசாமி ஆகும். வைணவ மதத்தைச் சேர்ந்தவர்களாக அவர்கள் விளங்கியதால் நவநீதகிருஷ்ணசாமி கோவிலில் நடைபெறும் முக்கிய விழாக்களில் ஜீயர் சுவாமிகள் பங்கேற்று சிறப்பித்துள்ளார். தென்காசி காசிவிஸ்வநாதர் கோயில் தெப்பத்திருவிழாவை ஊத்துமலை ஜமீன்தார் வாரிசுகள் இப்போதும் நடத்தி வருகின்றனர்

வீரகேரளம்புதூர் நவநீதகிருஷ்ணசாமி கோயில்

வீரகேரளம்புதூரில் ஜமீன்தார்கள் தங்களின் குல தெய்வமான **நவநீதகிருஷ்ணருக்குக்** கோயில் அமைத்து வழிபடத் தொடங்கினர். அரண்மனையின் தென்புறத்தில் நவநீதகிருஷ்ணசாமி கோயில் உள்ளது.

இருதயாலய மருதப்பர் இறைவனுக்குச் செய்த தொண்டினை முத்துவீரக் கவிராயர் குறிப்பிடுமிடத்து,

“கருப்பணியே ரிசைபாடித்துளி மதுவுன்
முல்லை மலர் தோய் திண்டோளி
னுருப்பணியேந் துலகமெலாந்தாங்
கிதயாலய வேந்தா யுயர்கர்
கருப்பணியேய் திருமேனி நவநீத
இருட்டிறைக்குக் கனிவாய்ச் செய்யுந்
திருப்பணியே பணியாகப் பூண்டனை
நின்கீர்த்தி யென்னுஞ் சிறக்கத்தானே!”

என்று பாடிப் புகழ்கிறார். வண்ணசரபரம் தண்டபாணி சுவாமிகளோ, கோயில் தொண்டினை விரும்பிச் செய்யும் இருதயாலயருக்கு எல்லா நலன்களையும் அருளும்படி இறைவனை வேண்டுகிறார்.

“துதிப்பகர்என் றனக்குலவா வருப்பேறும்
திருக்கோயிற் தொண்டே நாடும்
மதியிதயா லயற்கருமை மகற்பேறும்
இக்கணமே வழங்கி ஆள்வாய்”

சிறப்பு

கோயிலின் முன்பக்கம் இரும்பாலான தீபஸ்தம்பம் உள்ளது. அந்தக் காலத்தில் இரவு முழுவதும் அணையாமல் தீபம் எரிய காவலர்கள் எண்ணெய் ஊற்றிக்கொண்டே இருப்பார்கள். கோயிலின்

முன்புள்ள கல் மண்டபத்தில் உபரியான தேர்ச் சக்கரங்கள் அடுக்கி வைக்கப்பட்டுள்ளன. கோயில் கதவு அருகே மியூரல்வகை ஓவியங்கள் பிரமிக்க வைக்கின்றன. நெடிய கதவைத் திறந்து உள்ளே நுழைந்தால் வலதுபுறம் திருவிழாக் காலங்களில் அரண்மனைப் பெண்கள் அமர்ந்து பூஜை செய்யும் காட்சி மண்டபம் உள்ளது. இங்கு தங்கக் கொடிமரம் கம்பீரமாக நிற்கிறது. இந்தக் கொடிமரத்தைச் சுற்றிவந்து வழிபடுகிறவர்களுக்கு குழந்தை வரம் கிடைக்கும், திருமணம் கைகூடும் என்று பக்தர்கள் நம்புகின்றனர். நவநீதகிருஷ்ண சுவாமிக்கு மன்னர் தேரோட்டத் திருவிழா நடத்தினர். இறைவனுக்கு ஏராளமான அணிகலன்களையும் நிலங்களையும் வழங்கினர். கோயில் வளர்ச்சிக்காக, வீரகேரளம்புதூர், கலிங்கம்பட்டி, வடக்கு கிருஷ்ணப்பேரி (ம) ராமனூர், ராஜகோபாலபேரி, அச்சங்குன்றம், மேலகிருஷ்ணப்பேரி, முத்துகிருஷ்ணப்பேரி ஆகிய ஏழு கிராமங்களை இணைத்தார். (இதுகுறித்த கல்வெட்டு கோயில் முகப்பில் வைக்கப்பட்டுள்ளது.)

ஊத்துமலை ஜமீன் வருவாய்த் தரக்கூடிய 52 கிராமங்களை உள்ளடக்கியது. அதில் கீழப்பாவூர், மேலப்பாவூர் கிராமங்களில் 272 ஏக்கர் நிலம் ஜமீன்தாருக்குச் சொந்தமாக இருந்தது. இந்த இடங்களை மீனாட்சிசுந்தர நாச்சியார் ஜமீன் கோயிலுக்கு எழுதி வைத்தார். அப்போதைய நிலவரப்படி ரூ60 ஆயிரம் மதிப்புள்ள தங்கம், வெள்ளிப் பொருட்களையும் கோயிலுக்கு அளித்தார்.

தினந்தோறும் காலையில் விஸ்வரூபம், திருமஞ்சனம், காலசந்தி, உச்சிகாலம், சாயரட்சை, அர்த்தஜாமம் ஆகிய நான்குகால பூஜைகள் இங்கு சிறப்பாக நடக்கின்றன. இக்கோவிலில் நித்திய நைவேத்தியங்கள் சிறப்பாக நடைபெறுகிறது. அதற்குரிய நித்திய படித்தரம் பத்து வராகன், லாடு, லட்டு, ஜிலேபி, தேன்குழல் முதலியவை இறைவனுக்கு நிவேதனம் செய்யப்படும். ஒரு லாடு என்பது உரித்த தேங்காய் அளவுக்கு இருக்கும். தேன்குழல் பெரிய சந்தனக்கல் அளவுக்குக் காணப்படும். மருதப்பர் காலத்தில் வேம்பத்தூர் பிச்சுவையர் தன் மாணவருடன் ஒருமுறை இக்கோவில் திருவிழாவிற்கு வந்திருந்தாராம். பூஜைக்குச் செய்யப்பட்ட பலவகை பலகாரங்களை வயிறார உண்டு, பின் எஞ்சியவைகளை மூட்டையாகக் கட்டி தம் மாணவர் தலையில் ஏற்றி, புலவரின் சொந்த ஊரான வேம்பத்தூருக்கு நடந்தே இருவரும் சென்றனராம். மூட்டையின் சுமை தாங்கமுடியாமல் திணறிய மாணவர்,

"எச்சகமும் புகழ்படைத்த தென்னூற்று
மலைமருதப் பேந்திரன் போற்றும்
நச்சரவில் நடிப்பவருக்கு நைவேதித்
திட்ட திவ்ய லாடு லட்டு
வச்சு வச்சுத் தின்று வயிறு குறை
யாமல் மிக வருந்தும் வேளை
இச்சுமையை பிச்சுவையர் என் தலையில்
ஏற்றுவதும் இயல்பு தானே"

என்று மன்னனின் குணங்களையும் கொடைத்திறனையும் நயம்பட நகைச்சுவையுடன் கவிதையாய் பாடி, தன் களைப்பைப் போக்கினாராம். அத்தகைய சிறப்புடையதாக இக்கோவில் அமைந்துள்ளது.

பொதுவாகக் கோயில்களில் காணப்படும் மரத்தால் செய்யப்பட்ட சுவாமி வாகனங்கள்போல் இல்லாமல், செப்பு உலோகத்தால் செய்யப்பட்ட தேர், யானை, குதிரை உள்ளிட்ட வாகனங்கள் இக்கோவிலில் உள்ளன. இவை ஜமீன்தார்கள் கோயிலுக்குத் தானமாக அளித்தவை. கோயில் வெளிப்பிராகாரத்தில் தற்போது ஆஞ்சநேயர், நவகிரக சிலைகள் பிரதிஷ்டை செய்யப்பட்டுள்ளன. கோயிலுக்கு அருகே பொதுமக்களுக்காகக் கிணறு ஒன்று வெட்டப்பட்டுள்ளது. அன்னசத்திரம் அமைக்கப்பட்டுள்ளது.

எஸ்.எம்.பாண்டியனின் பங்களிப்பு

ஊத்துமலை ஜமீன்தாரின் 43வது வாரிசான எஸ்.எம்.பாண்டியனுக்கு ஒரு சமயம், புதிய வைர கடுக்கனை ராணி அணிவித்தார். அப்போது நவநீத கிருஷ்ணசுவாமி பாலகன் உருவில் அவரிடம் வந்து, அதேபோன்ற வைரக்கடுக்கன் தனக்கும் வேண்டும் எனக் கேட்டுள்ளார். உடனே மன்னர் வைரக் கடுக்கன்களைக் கழற்றித் தாம்பாளத்தில் வைத்து கோயிலுக்குக் கொடுத்தனுப்பினாராம். திருநெல்வேலியில் தான் புதிதாகக் கட்டவுள்ள மாடி கட்டிடத்தை எப்படி கட்டலாம் என்று ஆலோசித்துக் கொண்டிருந்த வேளையில் நவநீதகிருஷ்ண சுவாமி அவரது சிந்தையில் தோன்றி எனக்கு மேலே மொட்டையாக இருக்கிறது, நீ வேறு எதையோ பற்றி சிந்தித்துக் கொண்டிருக்கிறாயே' என்று கேட்டுள்ளார். உடனே, ஜமீன்தார் கோயிலுக்கு வந்து தனது சொந்தப் பணத்தில் புதிதாகக் கோபுரகலசம் பொருத்தியதுடன் கொடிமரத்தின் மீது தங்கத் தகடுகளையும் பதித்தார்.

திருவிழா

நவநீதகிருஷ்ணன் கோயில் ஜமீன் நிர்வாகத்தின் கீழ் இருந்தாலும் அனைத்து சமுதாயத்துக்கும் மண்டகப்படி உண்டு. கோயிலில் பங்குனி உத்திர திருவிழா பத்து நாட்கள் நடைபெறும். முதல்நாள் திருவிழாவைப் பிராமண சமூகத்தினரும், இரண்டாம் நாள் யாதவர் சமூகத்தினரும், 3வது நாள் பிள்ளைமாரும், 4வது நாள் கர்ணம் வகையாறாக்களும், 5வது நாள் நாச்சியார் என்னும் அரண்மனை பெண்களும், 6வது நாள் வீராணம் தேவர் இனத்தவர்களும், 7வது நாள் சின்ன புலியப்ப தேவர் வகையறாக்களும், 8வது நாள் ஜமீன் உறவினர்களும், 9வது நாள் தேவர் சமுதாயத்தை சேர்ந்தவர்களும், 10வது நாள் சேனை தலைவர் சமுதாயத்தினரும் நடத்தி வருகின்றனர். தேர்த்திருவிழா மிக விமர்சையாக நடக்கும். முதலில் ஜமீன்தார் வடம் பிடித்து இழுத்த பின்னரே தேரோட்டம் நடக்கும். வானில் கருடன் வட்டமிட்ட பிறகே தேரை வடம் பிடித்துக்கொடுப்பார் ஜமீன்தார். தேரடி முக்கில் ஒரு காவல் தெய்வம் உள்ளது. இந்த தெய்வத்துக்கு அசைவப் படையலும் உண்டு. மழை பொய்த்தால் ஜமீன்தார் தலைமையில் இந்தத் தெய்வத்துக்கு பூஜை நடக்கும். உடனடியாக மழைபொழியும் அதிசயமும் நடந்துள்ளது.

நவநீதகிருஷ்ணர் கோயிலில் கிருஷ்ண ஜெயந்தி விழா மிகச் சிறப்பாக நடைபெறும். அதுசமயம் ஆலயத்தில் வேலை செய்யும் அனைவரும் கோயில் நிர்வாக அதிகாரி தலைமையில் அரண்மனைக்குச் சென்று மேளதாளத்துடன் ஜமீன்தாரை அழைத்து வருவர். சரியாக நள்ளிரவு 12 மணிக்கு கிருஷ்ணர் அவதரித்த நேரத்தில் முதல் தரிசனம் ஜமீன்தாருக்குத்தான். அவருக்கு பரிவட்டம் கட்டி, மாலை அணிவித்து, சீடை, அப்பம், வெண்ணெய், அவல், பொரி ஆகியவை பிரசாதமாக வழங்கப்படும். அதன் பிறகே மற்றவர்கள் தரிசனம் செய்வர். அன்றைய தினம், குருவாயூரில் இருப்பது போலவே சிறப்பு அலங்காரத்தில் குழந்தையாக நவநீத கிருஷ்ணன் காட்சியளிப்பார். இங்குள்ள உற்சவர் ராஜகோபாலன், ருக்மணி, சத்யபாமா சிலைகள் ஐம்பொன்னால் உருவாக்கப்பட்டவை. சரஸ்வதி பூஜையின்போது வீரகேரளம்புதூரில் உள்ள முப்பிடாதி அம்மன், உஜ்ஜயினி மாகாளி அம்மன், கருமேனி அம்மன் கோயில்களில் கொலு வைப்பார்கள். மூன்று அம்மன்களும் சப்பரத்தில் பவனி வருவர். அன்று ராஜகோபால சுவாமி பரிவேட்டைக்குச் சப்பரத்தில் புறப்படுவார். அன்றும் ஜமீன்தார் வந்து துவக்கி வைத்த பின்னரே சப்பரம் புறப்படும். இந்தக் கோயிலின் முன்பு ரதவீதியில் ஜமீன் காலத்தில் பயன்படுத்திய தேர் ஒன்று உள்ளது.

ஆடித்தபசும் ஊத்துமலை ஜமீனும்

ஊத்துமலை ஜமீன்தாரின் ஆன்மிகத் திருப்பணிக்கு மற்றொரு சான்று, சங்கரன் கோயில் ஆடிதபசு திருவிழா. ஜமீன்தார்கள் இந்தத் திருவிழாவின்போது கோமதி அம்மனைத் தங்கள் வீட்டில் பிறந்த மகள் போலவே எண்ணி, சீதனபொருட்களுடன் மாப்பிள்ளை சிவனை நோக்கி காத்து இருப்பார்கள். பரம்பரை பரம்பரையாக ஊத்துமலை ஜமீன்தார் இதற்கான மண்டகப்படி நடத்தி வருகிறார்கள். கோமதியம்மன், ஆவுடையம்மாள் என்றழைக்கப்படுகிறாள். ஆ என்றால் பசு. உலக ஜீவராசிகளைப் பசுக்கள் என்று சொல்வார்கள். அந்த ஜீவன்கள் அனைத்தையும் அரவணைத்துக் காக்கும் அன்னை இவர். இந்த அம்மனைக் கொண்டாடும் ஆடித்தபசு திருநாளில் கோமதியம்மாளின் தாய் வீட்டு சீதனத்தினைக் கொண்டுவரும் பெரும் பாக்கியத்தினை ஊத்துமலை ஜமீன் குடும்பத்தார் பெற்றுள்ளார்கள்.

திருநெல்வேலி மாவட்டத்தில் தென்காசி காசிவிஸ்வநாதர், திருநெல்வேலி நெல்லையப்பர் கோயிலுக்கு இணையான பெரிய கோயில்களில் சங்கரன் நயினார் கோயிலும் ஒன்றாகும். சங்கரனார்

கோயில் முகப்பில் 124 உயரமுள்ள ஒன்பது நிலை ராஜகோபுரம் உள்ளது. கோபுரத்தின் உச்சி தெற்கு வடக்காக 56 அடி நீளம். கீழ்மேல் அகலம் 15 அடி. உச்சியிலுள்ள கலசம் ஏழடி நான்கு அங்குலம். நகரில் எங்கிருந்து பார்த்தாலும் இந்தக் கோபுரம் தெரியும். சங்கரலிங்கப் பெருமானுக்கு வன்மீக நாதர், சங்கரமூர்த்தி, வாராசைநாதன், வைத்தியநாதன், சீராசைநாதன், புன்னைவன நாதன், கூழையாண்டி என்று பல திருநாமங்கள் வழங்கப்படுகின்றன. இந்தத் தலத்துக்குப் பூகைலாயம், புன்னைவனம், சீராசபுரம், சீராசை, வாராசைபுரம், கூழைநகர் என்ற பெயர்களும் உண்டு. சங்கரன் கோயில் ஐம்பூதத் தலங்களில் ஒன்றான மண்தலம் ஆகும். இந்தக் கோயில் தலபுராணம் ஊத்துமலை ஜமீனின் முன்னோரான சீவல மாறபாண்டிய மன்னரால் எழுதப்பட்டது. முதல் ஆறு சருக்கங்கள் ஊத்துமலைச் சமஸ்தான வித்துவான் புளியங்குடி முத்துவீரப்பக் கவிராயரால் 1913ம் ஆண்டு இயற்றப்பட்டது. இப்புராண சுருக்கத்தினைச் சேத்தூர் மு.ரா.அருணாசலக் கவிராயர் எழுதியுள்ளார். ‘முத்து வீரப்பக்கவிராயர் பிள்ளைத்தமிழ்’ இத்தலத்திற்காக இயற்றப்பட்ட அற்புதமான நூலாகும்.

ஆடித்தபசு திருவிழா உருவான விதம்

ஒரு காலத்தில் சங்கரன்கோயிலில் புதர்கள் மண்டியிருந்தன. காடுகளாக இருந்தது. இப்பகுதியில் வாழ்ந்துவந்த காப் பரையன், கோயிலில் மண் தோண்டியபோது புற்று ஒன்றில் மண்வெட்டி பட்டு ரத்தம் பீறிட்டது. அப்போதைய தென்பாண்டி சீமையின் அரசன் உக்கிர பாண்டியன், தன் ஆட்சி எல்கைக்குள் இருந்த புன்னைவனக் காட்டில் ரகசிய சுரங்கப்பாதை அமைத்து, அதன்வழியாக மதுரை சென்று சிவனை வணங்கி வந்தார். ஒருநாள் அவரது கனவில் சிவன் தோன்றி, ‘இனி நீ என்னைத் தேடி மதுரை வரவேண்டாம். புன்னை வனத்திலுள்ள புற்றுகளை அகற்றி விட்டு அங்கு ஆலயம் அமைத்து வணங்கு’ என்று அறிவுறுத்தினார். மறுநாள் காவற் பறையன் அரசனிடம் புற்றில் இருந்து ரத்தம் பீறிட்ட சம்பவத்தினைக் கூறினான்.

தன் கனவுக்கு ஏதோ சங்கேத அறிகுறி அமைவது கண்டு, ரத்தம் பீறிட்ட இடத்துக்கு வந்தார். அங்கிருந்த பாம்புப் புற்றுகளை அகற்றி மண்ணைத் தோண்டச் செய்தார். அப்போது பூமிக்குள்ளிருந்து இரு நாகங்கள் (சங்கன், பதுமன்) குடைபிடிக்க அங்கே சங்கரலிங்கம் பிரசன்னமானார். ஆண்டவன் கட்டளைப்படி அங்கே மன்னன் எழுப்பிய ஆலயம்தான் சங்கரநாராயணன் ஆலயம். நாகங்களில் ஒருவரான சங்கன் சிவபக்தர் பதுமன் விஷ்ணு பக்தர். இருவருக்குமிடையே

சிவன் பெரியவரா, விஷ்ணு பெரியவரா என்று எப்போதும் விவாதம் நடக்கும். சிவபெருமான் அவர்களின் சந்தேகம் தீர்க்க இருவரையும் பூலோகத்துக்கு அனுப்பி வைத்தார். இதே சந்தேகம் உமையாளுக்கும் ஏற்படவே, அவளையும் பூலேகத்தில் அவதரிக்கச் செய்தார். பூமியில் கோமதியாகப் பிறந்த அம்பிகை, சிவனை எண்ணிப் பல ஆண்டுகள் கடுந்தவம் புரிந்தார். அம்மையின் தவத்திற்கு இரங்கி சிவபெருமான் ஆடித்திங்கள், பௌர்ணமி, உத்திராட நட்சத்திரமும் கூடிய நன்னாளில் நாராயணமூர்த்தியுடன் இணைந்து சங்கரநாராயணராகக் காட்சி தந்தார். இந்நாளே ஆடித்தபசு திருநாள். 'சிவனும் நானே, விஷ்ணுவும் நானே' என்று ஈஸ்வரன் உரைத்த நாள். சங்கன், பதுமன் இருவரும் சமரசமாகி முக்தியடைந்தனர் என்று கூறப்படுகிறது.

இந்தத் தபசுத் திருநாளில் லட்சக்கணக்கான மக்கள் பக்திப் பரவசத்துடன் கூடுகிறார்கள். விவசாயிகள் தங்கள் விளைச்சல் பெருக வேண்டி, விளைபொருட்களைச் சப்பரம் மீது தூவி வேண்டிக் கொள்கின்றனர். அன்றைய தினம் கோமதி அம்மைக்கும், சங்கரனாருக்கும் திருமணம் நடைபெறுவது கண்கொள்ளா காட்சியாகும். பரிவாரங்களுடன் சங்கரன் கோயிலுக்கு வரும் ஜமீன்தார் அம்பாளை வணங்கி நிற்பார். அதன்பின் அம்பாளைத் தங்க சப்பரத்தில் அழைத்து வருவார்கள். அப்போது அவருக்குப் பிறந்த வீட்டு சீதனமாய் அழைப்புச்சுருள் வைக்கப்படும். அலங்காரச் சாமான்களுடன் ஜவ்வாது, சந்தனம், விபூதி பைகள், எலுமிச்சை பழமாலை, பட்டு பரிவட்டம், சவுரிமுடி, மலர்கள் மற்றும் இதர பொருள்களுடன் கோயிலுக்குள் ஜமீன்தார் பரிவாரங்கள் புடைசூழ செல்வார். பிறகு அம்மனுக்குத் தபசு அலங்காரம் செய்து, ஜமீன்தார் முன் செல்ல கோமதியம்மன் வீதிஉலா வருவார்.

'ஊத்துமலை ஜமீன் தபசு மண்டபத்தில் தங்க சப்பரத்தில் ஆவுடையம்மை, உமையம்மையாகத் தவம் இயற்றுவார். மாலையில் அம்பாள் தங்கச்சப்பரத்தில் சுவாமியை வலம் வந்து தவப்பயன் அடைவார். அதன்பின் மாலை மாற்றுதல், பரிவட்டம் கட்டுதல், திருக்கண் அலங்கரித்தல் போன்றன நடைபெறும். இவற்றை ஊத்துமலை ஜமீன் வாரிசுகள் முன்னின்று நடத்துகிறார்கள். தபசு காட்சியின்போது பரிவட்டம் கட்டி ராஜதோரணையில் ஊத்துமலை ஜமீன்தார் நிற்க ஒருபுறம் அம்பாள் சப்பரமும், மறுபுறம் சுவாமியின் சப்பரமும் நிற்கும். ஜமீன்தார் பரிவட்டம் கட்டிக்கொண்டு கோமதியம்மாளின் தாய் வீட்டு சீதனத்தோடு அந்த இடத்தில் எளிமையாகக் காத்திருக்கிறார். மறுநாள்

கோமதி அம்பாள் சப்பரத்தில் பட்டிணப் பிரவேசம் செல்வார். இதற்குத் தேவையான புஷ்ப அலங்காரம் செய்து வீதி உலா வந்து அம்பாளைக் கோயிலில் கொண்டு சேர்க்கிறார் ஜமீன்தார். மூன்று நாட்களும் எண்ணெய்க் காப்பு நிகழ்ச்சிக்குப்பின் பள்ளியறைச் சிறப்பு மண்டகப்படியையும் ஜமீனே செய்கிறார்.

இதற்காக நிறைக்குடமாகப் பசும்பால், தேங்காய் பருமன் உள்ள லட்டு, தோசைக்கல் அளவு தேன்குழல், அதிரசம் மற்றும் கனி வர்க்கங்கள், மலர்கள்கள் வைத்து பூஜிப்பார்கள். அம்பாள் தவப்பயன் அடைந்து தபசு மண்டபத்துக்கு வந்ததும் ஊத்துமலை ஜமீன்தார் அனைவருக்கும் பாகுபாடு இன்றி சுருள் பிரசாதம் வழங்குவார். மதியம் அன்னதானம் நடைபெறும். கோயிலில் சங்கரநயினார், கோமதியம்மாள், சங்கரநாராயணர் ஆகியோர் தனித்தனி சந்நதிகளில் அருள்பாலிக்கிறார்கள். பிரசாதமாக வழங்கப்படும் புற்றுமண் தேள், பாம்பு போன்ற விஷக்கடிகளுக்கு மருந்தாகப் பயன்படுத்தப்படுகிறது. சிரங்கு போன்ற சரும நோய்களுக்கு புற்றுமண்ணை நீரில் கரைத்துத் தடவுகிறார்கள். உடனே நோய் தீருகிறது. வயிற்றுவலி, சீதபேதி போன்ற நோய்களுக்குப் புற்றுமண் கரைத்த நீரை அருந்தி குணமடைகிறார்கள். உடலில் கட்டி உபாதை கொண்டவர்கள் மாவிளக்கு எடுத்து கோமதியம்மாளை வணங்கி நோய் நீங்கிச் செல்கிறார்கள். இக்கோயில் நாகதோஷம் நீக்கும் தலமுமாகும் கருதப்படுகிறது

இங்குள்ள திருக்குளம் 'நாகசுனை' என்று அழைக்கப்படுகிறது. குளத்தின் நீர் எப்போதுமே பச்சை நிறமாகக் காணப்படுகிறது. இதில் நாக பாஷாணம் கலந்துள்ளதால்தான் இந்த நிறம் என்கிறார்கள். விஷக்கடிக்கு ஆளானவர்கள் இக்குளத்தில் நீராடி தோஷம் நீங்கி நலம் பெறுகிறார்கள். இத்திருக்குளத்தை எத்தனை முறை தூர்வாரிச் சுத்தப்படுத்தினாலும் நீரின் நிறம் மட்டும் மாறுவதே இல்லை என்பது குறிப்பிடத்தக்கது. இது, தவம் மேற்கொண்ட அம்பிகையின் வண்ணமே என்றும் கருதுகிறார்கள். மார்ச், செப்டம்பர் மாதங்களில் 21, 22, 23 தேதிகளில் அதிகாலை 6 மணிக்கு சூரிய ஒளி லிங்கத்தின் மீது பாய்கிறது. இந்தக் கோயிலில் பிரதான வாசல் வழியாக நேரடியாக லிங்கத்தின் மீது இவ்வாறு ஒளி படர்வது சூரியனே சிவனை வழிபடுவதுபோல அமைகிறது.

கோயிலின் உள்ளே பூலித்தேவன் குகை உள்ளது. பூலித்தேவன் நெல்கட்டும் செவல் ஜமீன்தார். இவர் தமிழகத்தில்

வெள்ளையர் ஆதிக்கத்துக்கு எதிராக தென்தமிழகத்தில் முதல் குரல் கொடுத்தவர். கடும்போரில் இவரை வென்ற வெள்ளையர்கள் இக்கோயில் வழியாக இவரை அழைத்துவந்தனர். அப்போது கடைசி ஆசையாக ஆலய தரிசனம் செய்ய விரும்பியதாகப் பூலித்தேவன் கூறினாராம். இதையொட்டி கோயிலுக்குள் சென்ற பூலித்தேவன் கண் இமைக்கும் நேரத்தில் மறைந்து விட்டாராம். இங்குள்ள ரகசிய குகை வழியாக அவர் தப்பித்துச் சென்று விட்டதாகக் கூறப்படுகிறது. அந்த இடம் தற்போது பூஜிக்கப்பட்டு வருகிறது.

இருதாலய ஈஸ்வரர் என்ற சிவாலயம்

இருதயாலய மருதப்ப தேவரையும், அவருக்குப் பிறகு அரியணை ஏறிய ராணி மீனாட்சி சுந்தர நாச்சியாரையும் ஜமீன் சுப்பையா தேவர் கடவுளாகவே கருதினார். சிற்றாற்றின் கரையில் இருதாலய ஈஸ்வரர் என்ற பெயரில் ஒரு சிவாலயம் உள்ளது. இந்த ஆலயத்தில் வீற்றிருக்கும் சிவனுக்கு இருதயாலய மருதப்பர் என்று பெயர். கிழக்கு நோக்கி எழுந்தருளியுள்ள சிவபெருமான் மருதப்ப தேவராகவே வணங்கப்பட்டு வருகிறார். தெற்கு நோக்கி இருக்கும் அம்மன் சந்நதி கருவறையில் ராணி மீனாட்சி சுந்தர நாச்சியாரின் சிலை உள்ளது. இருவரையும் வணங்குவது போல எதிரே உள்ள

தூணில் சுப்பையா தேவர் சிலை காணப்படுகிறது. இந்தச் சிறிய கோயிலில் நவகன்னிகள், நந்தியம்பெருமான் உள்ளிட்ட தெய்வங்களும் உள்ளன. இக்கோயிலில் பிரதோஷம் உள்ளிட்ட விழாக்கள் சிறப்பாக நடந்து வருகின்றன.

இருதாலய ஈஸ்வரர் திருக்கோயில்

ஊத்துமலை கோயில்கள்

ஊத்துமலையில் இன்று 17 இந்து கோவில்கள் இருப்பினும் ஜமீன்கள் காலத்திலேயே சில கோயில்கள் விஷேசமாகக் கருதப்பட்டன.

சாஸ்தா கோயில்

ஊத்துமலை ஜமீன்தார்கள், காட்டை அழித்து டாணாவில் சிறிய கோட்டையை அமைத்துக் கொண்டபோது, அங்கு தங்கள் குலசாமியாக சாஸ்தாவை வைத்து வணங்கினர். தற்போது இந்த இடங்கள் எல்லாம் வயல்வெளியாக மாறிவிட்டன. ஆனால், சாஸ்தா கோயில் மட்டும் திறந்தவெளியில் சிலைகளுடன் காணப்படுகிறது.

ஆஞ்சநேயர்

மலையடிவாரத்தின் மேற்குப் பகுதியில் டாணாவும், கீழ்ப்பகுதியில் ஆஞ்சநேயர் கோயிலும் உள்ளன. சங்கரன்கோயில் - திருநெல்வேலி பிரதான சாலையில் எதிர்ப்படும் வன்னிக்கோனேந்தல் என்ற ஊரிலிருந்து மேற்கு நோக்கி 3 கி.மீ. தொலைவில், சிவலபுரம் பஞ்சாயத்து கரையடி உடைப்பு என்ற பகுதியில்தான் இக்கோயில் அமைந்துள்ளது. ஜமீன்தார்கள் குதிரைகளுடன் இங்கு வந்துதான் இளைப்பாறுவார்கள்.

படை வீரர்கள் சுற்றுப் பகுதியில் உள்ள இடங்களுக்கு வரிவசூல் செய்ய கிளம்புவார்கள். இங்குள்ள மலையைச் சித்தர் மலை, மூலிகை மலை, திரிகூட மலை என்றும் அழைக்கின்றனர். இந்த மலையில் சப்த கன்னியரும், பல சித்தர் பெருமக்களும் வாசம் செய்து வந்திருக்கிறார்கள் என்று கூறப்படுகிறது. எனவே இப்பகுதியை ஜமீன்தார்கள் மிகவும் நேசித்தார்கள்.

இவர்கள் அமைத்த 'கோட்டை கிணறு' தற்போது தூர்ந்து விட்டது. ஆனால், அனுமன் பிரதிஷ்டை செய்யப்பட்டிருக்கும் பகுதியில் தோண்டிய கிணறு இன்றுவரை கோயில் தீர்த்தக் கிணறாக விளங்கி இப்பகுதி மக்களுக்குத் தண்ணீர் தருகிறது. ஜமீன் ஒழிப்புக்குப் பிறகு ஜமீன்தார்கள் இங்கு வராததால் அனுமன் கோயில் பராமரிப்பின்றி போனது. யாரும் தரிசனம் செய்ய வரமுடியாத அளவுக்குப் புதர் மண்டி கிடந்தது. பின்னர் புணரமைப்பு செய்யப்பட்டு இன்றளவும் வணங்கப்பட்டு வருகிறது. ஜமீன்தார்கள் மட்டுமே ஒரு காலத்தில் வணங்கிய இந்த ஆலயம் தற்போது அனைவருக்கும் பொதுவான கோயிலாக அமைந்துள்ளது.

கன்னியம்மன்

மலை உச்சியில் கன்னியம்மன் கோயில் ஒன்று உள்ளது. கன்னியம்மனுக்குப் பின்புறம் புற்று ஒன்று காணப்படுகிறது. அங்கு ஜோதி சித்தர், சிவகிரி சித்தர், பரமானந்த சித்தர் ஆகிய மூன்று சித்தர்கள் வாசம் செய்வதாக நம்பப்படுகிறது.

காளியம்மன் கோயில்

வையந்தொழுவான் பாறையில் காளியம்மன் கோயில் ஒன்று உள்ளது. அந்நாட்களில் ஜமீன்தார்கள் வேட்டைக்குச் செல்லுமுன் இந்தக் காளியம்மனை வணங்கியே செல்வர். இன்றைக்கும் நல்ல காரியம் எதையேனும் மேற்கொள்ளும் முன் இவ்வூர் மக்கள் காளியம்மனை வணங்கியே ஆரம்பிக்கிறார்கள்.

வடக்கு வாச்செல்வியம்மன்

ஊத்துமலையில் கோயில் கொண்டுள்ள வடக்குவாச்செல்வியம்மன், சுயம்பு உருவமாகும். அடர்ந்த காடாக விளங்கிய ஊத்துமலையில் ஓரிடத்தில் ஒரு புற்று வளர்ந்து அதுவே அம்மனாக மாறியது. தகவல் தெரிந்த ஜமீன்தார் புற்றில் வளர்ந்த

அம்மனை வணங்கினார். ஊர் கூடி பூசை செய்தனர். முதலில் ஓலைக் குடிசையில் வணங்கப்பட்ட அம்மனுக்கு ஜமீன்தார் செலவில் கல் மண்டபம் கட்டப்பட்டது. ஊருக்கு வடக்கே இவ்வம்மன் கோயில் கொண்டிருப்பதால் வடக்கு வாச்செல்வி என்ற பெயர் பெற்றுள்ளது.

உச்சினிமகாளி அம்மன் கோயில்

ஜமீன்தார்கள் உருவாக்கிய மற்றுமொரு கோயில், உச்சினிமகாளி அம்மன் கோயில். ஜமீன்தார் வேட்டைக்குச் சென்றபோது, ஓரிடத்தில் குதிரை தடுமாறி நிற்க, என்ன செய்வது என்று தெரியாமல் ஜமீன்தார் தவித்தார். அப்போது கோடங்கி ஒருவர், 'மகாராஜா, இந்த இடத்தில உச்சிமாகாளி ரொம்ப உக்கிரமா இருக்கா. பலி கேக்கிறா மகாராஜா, பலி கேக்கிறாள்' என்று கூறினார். உடனே இருதயாலய மருதப்பர் அந்த இடத்தில் உச்சிமாகாளி அம்மனை பிரதிஷ்டை செய்து வணங்கினார். கோடங்கி கூறியபடி ஐந்தறிவு படைத்த அத்தனை ஜீவன்களையும் பலியாகக் கொடுத்தனர். அதில் விருப்பம் இல்லாத இருதயாலய மருத்தப்பர். 'தாயே, ஐந்தறிவு உயிர்களும் உயிர்தானே? அவற்றைப் பலி கொடுத்து, எங்களைக் காப்பாற்றுவதில் என்ன

பிரயோசனம்? பலி பெறாமல் எங்களைக் காத்து அருள வேண்டும்' என்றார். அதன்படி, 'உச்சினிமகாளி அம்மன் சாந்தமாகி எந்தப் பலியையும் எதிர்பார்க்காமல் கேட்கும் வரம் தரும் தெய்வமாக மாறிவிட்டாள்' என்று சொல்லப்படுகிறது.

6. மக்களும் வாழ்வும்

"சமுதாயம் என்பது மக்கள் சேர்ந்து வாழும் அமைப்பாகும்." என்பார் சி.சத்தியசீலன். (நாட்டுப்புற இலக்கிய ஆய்வுகள்.ப.63) "உயிரியின் வாழ்க்கையைப் போன்றே சமுதாய வாழ்க்கையைக் காணும் போது அதனுள் பல்வேறு அலகுகள் இணைந்திருக்கும் படியான அமைப்பு உள்ளதைக் காண முடியும். சமுதாய அமைப்பிற்குள் தனிமனிதர்கள் முதன்மையான அழகுகளாக உள்ளனர். இவர்கள் நிலையான சமுதாய உறவுகள், நெறிமுறைகள், விழுமியங்கள், சமுதாய உறவுகள், நெறிமுறைகள், விழுமியங்கள், செயற்பங்குகள் முதலானவை மூலம் சமுதாயம் என்னும் முழுமைக்குள் ஒரு முறைப்படுத்தப்பட்ட நிலையில் பிணைக்கப்பட்டுள்ளனர்." என்பார் பண்பாட்டு மானிடவியலார்.

"மனித சமுதாயம் என்பது மக்களின் தேவைகளுக்காகத் தோன்றியது. மிகத் தொடக்க காலத்தில் மக்கள் ஒரு குறிப்பிட்ட பகுதியில் ஒன்று கூடி வாழ முற்பட்டபோது அவர்களின் தேவையை ஈடு செய்ய ஒவ்வொருவரும் அவரவருக்குத் தெரிந்த வேலையைச் செய்து தேவைகளை நிறைவேற்றிக் கொண்டனர். இதனடிப்படையிலே உழவர்கள், நெசவாளர்கள், கருமார்கள், தச்சர்கள், வணிகர்கள், தொழிலாளர்கள், படைவீரர்கள், ஆட்சியாளர்கள் போன்ற பல்வேறு தோன்றினர் என்பார் பிளேட்டோ". ஊத்துமலையில் பல இனத்தைச் சார்ந்த மக்கள் வாழ்கின்றனர். இங்கு மறவர், ஆசாரி, பள்ளர், பறையர், அருந்ததியர், சக்கிலியார், வண்ணான், ஈழுவை பிள்ளை, தச்சர், பொற்க்கொல்லர் ஆகியோர் அடங்குவர். ஊற்றுமலை வம்சாவளியினர் மறவர் இனத்தில் கொண்டையங்கோட்டைப் பிரிவைச் சேர்ந்தவர்கள் ஆவர். அவர்களே பெரும்பான்மை மிக்க இனமாக இவ்வூரில் வாழ்கின்றனர். "ஒரு சமுதாயத்தின் உண்மை நிலையை நாம் அறிய வேண்டுமென்றால் அச்சமுதாயத்தின் நம்பிக்கை, பழக்கவழக்கங்களை நாம் ஆய்வு செய்ய வேண்டும்" என்பது கருத்து. இந்நிலையில் அவ்வினத்தின் சமூக அமைப்பு, அச்சமூகம் சார்ந்த பழக்க வழக்கங்கள், சமய நம்பிக்கைகள் வழிபாட்டு நிலைகள் ஆகியன குறித்த செய்திகள் இப்பகுதியில் இடம்பெறுகின்றன.

மறவர் குலம்

மறவர் குலம் என்பது தமிழகத்தில் வாழும் தேவர் எனும் சாதிய அமைப்பின் ஒரு பிரிவு. மறவர், கள்ளர், அகமுடையர் ஆகிய

மூன்று பிரிவினரும் சேர்ந்து முக்குலத்தோர் எனப்படுவர். தமிழகத்தின் தொன்மையான போர்க்குடியினர் மறவர் குலத்தோர். தமிழகத்தில் மறவர், பிரமலைக் கள்ளர், அம்பலக்காரர், சேர்வை, ஆப்பனாடு கொண்டையங் கோட்டை மறவர், அம்பலக்காரர் (சூரியனூர்), கந்தர்வக்கோட்டை கள்ளர், கூட்டப்பால் கள்ளர், பெரிய சூரியர் கள்ளர், செம்மநாடு மறவர் உள்ளிட்ட சீர்மரபினர் வசிக்கின்றனர்.

மறவர் – பெயர்க் காரணம்

மறவர் என்பவர் திராவிட இனத்தில் முதல் இனமாக இருக்கலாம் என்றும், இவர்கள் தென்னிந்தியாவில் ஊடுருவி வாழ்ந்தார்கள் என்றும் கூறப்படுகிறது. மறவன் என்ற இப்பெயரை வீரம், கொடூரம், கொலை செய்தல், கொள்ளை அடித்தல் ஆகியவற்றுடன் சம்பந்தப்படுத்து கிறார்கள். முன்காலத்தில் இந்த இனம் படைக்கலன்களில் அதிகப் பங்கு எடுத்ததால் இப்பெயர் வந்திருக்காலம் என்று எட்கர் தார்ஸ்டன் கூறுகிறார்.

தமிழில் 'மறம்' என்றால் 'வீரம்' என்று பொருள். முற்காலத்தில் மக்கள் செய்யும் தொழிலினை வைத்தே அவர்தம் சாதி வரையறுக்கப்பட்டது. முற்காலத்தில் யானைப்படை, குதிரைப்படை, தேர்ப்படை எனப் பல்வேறு பிரிவுகளையுடைய போர்ப்படை பிரிவுகள் இருந்தாலும் வெற்றியை நிர்ணயிப்பது காலாட்படையாகவே இருந்தது. பெரும்பாலும் தமது வீரத்திற்காகவே அறியப்பட்ட இக்குலத்தினர் காலாட்படையில் பெரும்பங்காற்றி போர் புரிந்தமையால் மறவர் எனப்பெயர் பெற்றனர். மறவர் முழுநேரபடை வீரர்களாக அமர்த்தப்பட்டிருந்தனர். நால்வகைப் படைகளிலும் பெருமக்களாக இவர்கள் இடம் பெற்றிருந்தனர். செருக்களத்திற்கு சென்று போரிடும் தொழிலைத் தம் முழுநேரத் தொழிலாகக் கொண்டிருந்தனர். இவர்கள் மன்னரால் படையில் முறையாக அமர்த்தப்பட்ட வீரர்களாய் இருந்தனர்.

மறவரின் வீரம்

அஞ்சத்தக்க கொடிய போர்க்களம் வேலோடு வேல் மோத நடந்த போரில் பலர் இறந்து விட்டனர். அப்படி வீழ்ந்து கிடக்கின்ற வீரர்கள் முகங்களின் திறந்த விழிகளில் புருவங்கள் வளைந்திருக்கின்றன. அப்படி வளைந்திருக்கின்ற புருவங்களைக் கண்டு, நரிகள் பயந்து நிற்கின்ற அழைக்கின்றனவாம். போரிட்டு மடிந்தாலும் வீரமறவர்கள் திறந்த விழி மூடுவதில்லை. அது வீரத்திற்கு இழுக்கு என்பதால், எனவே அவர்கள் போரிடும் போது கோபத்தால் நெறிந்த

புருவங்கள் அவர்கள் உயிர்போன பின்பும் வளைந்த வில் போல இருப்பதைக் கண்டு அவர்கள் உடலைத் தின்ன வந்த நரிகளும் பயந்தன என்ற பொருளில் அமைந்த,

"வெகு வரு வெஞ்சமத்து
வேல் இலங்கவிழ்ந்தார்
புருவமுறிவு கண்டு
அஞ்சி – நரிவெரி இச்
கேட்கணித்தாய் நின்றழைக்கும்
வாட்கணித்தாய் வீழ்ந்தார் களம்"

முத்தொள்ளாயிரப் பாடல் மறவரின் வீரத்திற்கு விளக்கம் தருகிறது.

"தென்னவனுடன் (பாண்டியன்) நிலப்பகுதியில் பாதி கொண்டு அரசுரிமைக்குரிய மந்திர வாளும், வெற்றிக்கொடி மேலுயர்ந்து அசையத் திசைக்கம்பம் நாட்டுகின்ற திறமும், சொன்ன சொல் தவறாமல் நின்ற நாணயமும் ஒருவருக்கு உறுதி கூறினால், ஏழுகடல் சூழ்ந்தாலும் தன் உறுதிமொழியில் இருந்து மாறாத குலப் பெருமையும், சுத்த வீரமும் புயவலிமையும், குறுநில மன்னவர் திறை கொணர்ந்து அடிபணியும் அரசு புரிந்திருந்த கொலுவும் உலகமுழுவதும் புகழ் விளங்கும்படியாக மனநெறி வளர்ந்து வருகின்றது மறவர்களின் வீரமரபு" என்று வாள் 70 குறிப்பிடுகிறது.

தமிழ்ச் சமூகத்தில் மறவர் இனம்

சண்டையிடும் இனமாக மறவர் பற்றிய முதல் குறிப்புகளைக் 'குல வம்சம்' தருகிறது. சேதுபதி மன்னரின் தலைமையின் கீழ் இருந்த மறவர்கள், மதுரை பாண்டிய மன்னனைச் சார்ந்தே இருந்ததாகவும் கூறப்படுகிறது. இராமநாதபுரம் மாவட்டம் பதினெட்டாம் நூற்றாண்டில் மறவர்சீமை என அறியப்பட்டிருந்தது. வடக்கே வெள்ளாற்றின் கரையிலிருந்த அறந்தாங்கியிலிருந்து தெற்கே சாயல்குடி வரையிலுமான கிழக்குக் கடற்கரைப் பகுதி முழுமையும் மறவர் சீமையாகும். மேற்கே அது மதுரை வரை நீண்டிருந்தது. தஞ்சை மராட்டிய அரசும், புதுக்கோட்டை கள்ளர் பிரதேசமும் வடக்கே சூழ்ந்திருக்க, மேற்கிலும் தெற்கிலும் மதுரை நாயக்கர் அரசு பரவியிருக்க கிழக்கே ஆங்காங்கு போர்ச்சுகீசிய மற்றும் டச்சுக் குடியேற்றங்கள் தென்பட்டன.

முக்குலத்தோர் பிரிவு

இவ்வினத்தில் மூன்று உட்பிரிவுகள் உள்ளன. கள்ளர், மறவர், அகமுடையார். திரு.வேங்கடசாமி நாட்டார் தம்முடைய கள்ளர் சரித்திரத்தில் சோழ மன்னர்கள், கள்ளர் வகுப்பைச் சார்ந்தவர் என்றும் மதுரையை ஆண்ட பாண்டியர்கள் மறவர் வகுப்பைச் சார்ந்தவர் என்றும் குறிப்பிட்டுள்ளார். சீனிவாச அய்யங்கார் அவர்களும் இதே கருத்தை தம் படைப்பான 'செந்தமிழ்' என்ற நூலில் (தொகுதி 2 பக்கம் 175 ல்) குறிப்பிட்டுள்ளார். ஆகவே 'களவர்' என்பவர் 'உள்ளம் கவர் கள்வர்' அதாவது தன்னுடைய நற்செயல்கள் மூலம் அதாவது நிர்வாகம் ஒற்றறிதல், நீதி நேர்மை ஆகியவற்றில் எல்லோர் இதயத்திலும் குடியிருப்பவர் என்ற உயரிய பொருளில் இப்பெயர் பயன்படுத்தப்பட்டுள்ளது. மேலும் மறவர்கள் திராவிட இனத்தைச் சேர்ந்த முதல் குடிமக்கள் என்று எட்கர் தார்ஸ்டன் கூறியுள்ளார்.

38 பிரிவுகள்

நாட்டார், மணியக்காரர், காரணர், தோலர், பண்டாரம் வேடங்கொண்டான், செட்டி, குறிச்சி, வேம்பன் கோட்டை, செம்பிநாடு குன்றமான்நாடு, இராமன்நாடு, ஆப்பன் நாடு, கொங்கணர், அம்பொனேரி, வல்லம்பர், இவுளி, வன்னியர், கிள்ளை, ஏரியூர், வெட்சி, கரந்தை, வஞ்சி, உழிகை, தும்பை, உப்புக்காடு, அஞ்சு கொடுத்தது, கொண்டையன் கோட்டை, தொண்டை நாடு, சிறுதாலி, பெருந்தாலி, பாசி கட்டி, கன்னி கட்டி, கயிறு கட்டி, அணி நிலக்கோட்டை.

ஐந்து நாடுகள்

செம்பி நாடு, அம்பநாடு, கிழுவை நாடு, ஆமை நாடு, அகப்பநாடு.

மறவர் உட்பிரிவுகள்

மறவர்கள் கோட்டைகளை அமைத்து வாழ்ந்து வந்தனர். எனவே அந்தக் கோட்டைகளின் தன்மைகளுக்கு ஏற்ப பல உட்பிரிவுகளாகப் பிரிக்கப்பட்டனர்.

- அகத்தா கோட்டை மறவர்
- கொண்டையன் கோட்டை மறவர்
- கருதன் கோட்டை மறவர்
- செக்கோட்டை மறவர்

- அணில் ஏறாக்கோட்டை மறவர்
- உப்புக் கோட்டை மறவர்
- செவ்வேற் கோட்டை மறவர்

ஐந்து கோட்டைகள்

செம்பி நாட்டுக்கோட்டை, கொண்டையன் கோட்டை, கருத்தக்கோட்டை, செகக்கோட்டை, அணிநிலக்கோட்டை.

கொண்டையங் கோட்டை மறவர்

தமிழ்நாட்டிலுள்ள மறவர் சாதியில் பல உட்பிரிவுகளில் ஒன்றுதான் ஆப்பனாடு கொண்டையங் கோட்டை மறவர் என்பது. கொண்டை கட்டி மறவர் அதாவது பெண்களைப் போன்றே தலைமுடியைக் கொண்டை போட்டுக் கொண்ட மறவர்களுக்கு அப்பெயர் ஏற்பட்டு, காலப்போக்கில் மறுவி கொண்டையங் கோட்டை மறவர் என்றாகியது. தற்போதுள்ள இராமநாதபுரம், விருதுநகர் மாவட்டங்களின் மையப்பகுதி அகப்பைப் போன்ற (அகப்பை என்பது தேங்காயின் மூடியில் ஒரு கைமுழ மூங்கிலை செருகி தயாரிப்பது) அமைப்புள்ள நிலப்பகுதி அகப்பைநாடு, இதுவும் காலப்போக்கில் மறுவி ஆப்பனாடு என்றாகியது. அகப்பைநாடு மற்றும் அப்பகுதி மறவர்கள் இணைந்து அகப்பைநாடு கொண்டை கட்டி மறவர் என்பது ஆப்பனாடு கொண்டையங் கோட்டை மறவர் சாதி என்றாயிற்று.

பெயர்க்காரணம்

மறவரில் 38 பிரிவுகள் உண்டு. அவற்றில் ஒன்று கொண்டயங்கோட்டயார். தமிழக ஜாதிகளில் உள்ள பல்வேறு அதிகாரிகள் பல்வேறு மாதிரி கொண்டை அணிவது வழக்கம். முதலி கொண்டை, சேர்வை கொண்டை, அம்பலக்காரன் வலக்கொண்டை, முன் குடுமி பிராமணன் போல பல சமூகத்தவர் பல்வேறு கொண்டை அணிவது வழக்கம். இது போலத்தான் கொண்டை கட்டி, கோட்டானி அணிந்து போர்வீரர்களாக வாழ்ந்த மறவர்கள் கோட்டையில் பணியாற்றியதால் அவர்கள் நாளடைவில் 'கொண்டயங்கோட்டை மறவர்' எனப் பெயர் பெற்றனர்.

சங்க இலக்கியத்தில் மறவர்கள் போருக்கும் ஆநிரை கவர்வதற்கும் வெவ்வேறு பூக்களைச் சூடுவர். அதாவது கொண்டையில்

சூடுவதால் கொண்டைகட்டி மறவர் எனப் பெயர் வந்தது. கொண்டையில் ஒருவகை ஊசி அணிந்து கொள்வர். மறவர்களிடைய கொண்டையங்கோட்டைப் பிரிவினர் தங்கள் மேலாதிக்கத்தை நிலைநாட்டிக் கொண்டனர். எண்ணிக்கையில் அதிகமான பேர் இருந்ததோடு இவர்களே ஆதிக்கம் செய்ய முடிந்ததற்கு இது காரணமாக இருந்திருக்கலாம். முத்துராமலிங்கத்தேவர் குடும்ப ஆவணங்களிலிருந்து ராமநாதபுரம் சீமையில் இக்கொண்டையங்கோட்டைத் தளபதிகள் பல சிறப்புச் சலுகைகளை அனுபவித்து வந்ததை அறிய முடிகிறது. மறவர்கள் குழுக்களாக வாழ்ந்தனர். மறவர் கிராமங்கள் கோட்டைச் சுவர்களுடன் இருந்தன. கிராமத்தலைவர்கள் கிராமத்தைப் பாதுகாக்க வலுவான ஒரு படை வைத்திருந்தனர். கிராமத் தலைவர்கள் முழு சுயாட்சி அதிகாரம் பெற்றவராக இருந்தாலும் தேவைப்படும் சமயங்களில் மன்னருக்கு ராணுவச்சேவை செய்தனர்.

கிளை

அகராதியில் இந்தச் சொல்லுக்கு வம்சம் என்று பொருள் கூறப்பட்டுள்ளது. இந்த வம்சத்தைச் சார்ந்தவர் என்பதைச் சொல்லுவதுதான் கோத்திரம். மறவர் இனத்தில் 50 கிளைகள் உள்ளதாகச் சுட்டப்பெறுகிறது.

செம்பியன், வெட்டுவன், விரமண், அரசன், வீரமுடி தாங்கினான், நாட்டுக் குழைத்தான், மரிக்கார், வடக்கு அறியாதான், கோபாலன் மங்கலம், சுதந்தர பாண்டியன், கங்கை, பிச்சை, தொண்டைமான், முத்துக்கிளியான், வீணியம், தேரூர்வான், கம்பத்தான், கிழவி, மறுவீடு, வாப்பா, நச்சாண்டி அமர், கருப்பத்திரன், வெட்டியனர், மாப்பானசம்பந்தன், செற அளவண்டன், சங்கரன், அகத்தா, நாலாப்பிறைகெங்கண்டா, பாச்சாலன், காலா, இராக்கி, வன்னிபண்டாரம், விடிந்தான், கருகளத்தான், பறைகுளத்தான், மகுடி, அம்பியுடுக்கி, அடுகலை, எருமை குளத்தான், கீரைக்கடியான், இத்தி, விளித்திட்டான், வயநாடுவெம்பக்கடி, கொண்டையன் கோட்டையார்.

கொத்தும் கிளையும்:

1. மருதசா கிளை (மறுவீடு)

அகத்தியர் கிளை கற்பகக் கொத்து

2. வெட்டுவான் கிளை

அழகுபாண்டியன் கிளை முந்திரியக் கொத்து

3. வீணையன் கிளை

பேர் பெற்றோன் கிளை கமுகங்கொத்து

4. சேதரு கிளை

வாள் வீமன் கிளை சீரகக் கொத்து

5. கொடையன் கிளை

அரசன் கிளை ஏலக்கொத்து

6. ஜெயங்கொண்டர் கிளை

வீரமுடிதாங்கினார் கிளை தக்காளி கொத்து

7. சங்கரன் கிளை

சாத்தாவின் கிளை மிளகுக் கொத்து

8. ஔவையார் கிளை

சாம்புவான் கிளை தென்னங்கொத்து

9. நாட்டை வென்றார் கிளை

தருமர் கிளை மல்லிகை கொத்து

பட்டம் : தேவன், தலைவன், கரையாளன், சேர்வைக்காரன்

சமூகப் பழக்க வழக்கங்கள்

“பழக்கம் என்பது தனி மனிதனிடம் இயல்பாக வந்தமைந்த நடத்தையைக் குறிக்கும்” என்றும், “பழக்கத்தின் தொடர்ந்த நிலையே வழக்கமாகும்” என்றும் பாஸ்கல் கில்பர்ட் கூறுவர். ஒரு ஊரில் வாழும் மக்களின் பழக்க வழக்கங்கள் வழி அம்மக்களின் பண்பாடு வெளிப்படுகின்றன.

சமூகச் சடங்குகள்

மனிதருடைய சமூக வாழ்க்கையில் மேற்கொள்ளப்படும் சடங்குகளை சமூகச் சடங்குகள் எனலாம். இந்நிகழ்வுகள் அனைத்தும் மனித வாழ்வைப் பல தொடர் நிலைகளாகப் பகுத்து (பிறப்பு, பூப்பு, திருமணம், இறப்பு) ஒரு நிலையிலிருந்து மற்றொரு நிலைக்கு அறிமுகப்படுத்தும் பொருட்டு மேற்கொள்ளப்படுவதாக அமைகின்றன.

மனித வாழ்வில் அடுத்தடுத்து நிகழும் ஒவ்வொரு நிலை மாற்றமும் ஏதேனும் ஒரு சடங்கு நிகழ்வோடு பண்பாட்டு வயப்படுத்தப்படுவது ஈண்டு குறிப்பிடத்தக்கதாகும். இவ்வூர் மக்கள் வாழ்வில் பல்வேறு வகையான சடங்குகள் காலங்காலமாக நிகழ்த்தப்பட்டு வருகின்றன. இவற்றில் பிறப்புச் சடங்கு, பூப்புச் சடங்கு, திருமணச் சடங்கு, இறப்புச் சடங்கு ஆகியன குறிப்பிடத்தக்கன.

திருமண நிகழ்வு

திருமண நிகழ்வில் பெண்பார்த்தல், பரிசம் போடுதல், முகூர்த்தக் கால் நடுதல், தாலி கட்டுதல் ஆகியவை குறிப்பிடத் தக்கவையாகும். கிளை என்பது திருமண நிகழ்ச்சிகளுக்காக உருவாக்கப்பட்டது. ஒரே கிளை சார்ந்த ஆணும், பெண்ணும் உறவினர்கள் ஆகாவிடினும் சகோதர உறவு முறையே.

கிளை என்பது பெண்ணைச் சார்ந்தது. இதை பெண் வழி சேரல் எனக் கூறுவர். பெண்ணுக்குப் பிறக்கும் குழந்தைகளுக்குப் பெண்ணின் கிளையே சாரும். தகப்பன்(வெட்டுவான்) கிளையும் மகன்(தருமர்) கிளையும் இருக்கும் காரணம். அவ்விருவரின் தாய் எக்கிளையோ அக்கிளையே இருவருக்கும் பொருந்தும்.

உறவுமுறைகள்

பொதுவாக ஒரு குலப் பிரிவினர் அக்குலப் பிரிவிற்கு உள்ளேயே திருமணம் செய்து கொள்கின்றனர். மறவர் இனத்தில் கொண்டையங் கோட்டை பிரிவைச் சார்ந்த இம்மக்கள் ஒரே கிளை பிரிவில் திருமண உறவு செய்து கொள்வதில்லை. ஒரே கிளையைச் சார்ந்த ஆணும் பெண்ணும் உடன்பிறந்தவர்கள் என்று கருதப்படுவதால் இவர்களுக்குத் திருமணம் செய்யப்படுவதில்லை. ஆணின் கிளைக்கு அல்லது பெண்ணின் கிளைக்கு அன்னியமான கிளையில்தான் திருமணம் செய்துகொள்ள வேண்டும் என்ற வரன்முறை உள்ளது. ஒரு கிளைப் பிரிவினர் பிற கிளைப் பிரிவு அல்லது பொதுக் கிளை பிரிவினரையே திருமணம் செய்து கொள்கின்றனர். மறுவீடு கிளையைச் சார்ந்தவர்கள் மறுவீடு கிளையினரைத் திருமணம் செய்வதில்லை. அகத்திக்கிளை சார்ந்தோரையோ, பொதுக்கிளையான வீரமுடி தாங்கினான், சேதார் கிளையினரையோ திருமணம் செய்கின்றனர். தாய்வழி கிளையே பிள்ளைகளுக்கு வருகிறது. இதனால், ஒரு கிளைப் பிரிவினர் தங்களுக்குள் உடன் பிறந்தார் உறவு முறை ஆகிவிடுகின்றனர்.

தமிழகத்தில் பெரும்பான்மையான சாதிகளில் இருக்கும் அக்காள் மகளைத் திருமணம் செய்து கொள்ளும் வழக்கம் இக்குலப் பிரிவில் இல்லை. தாயின் கிளையே மகனுக்கும் மகளுக்கும் உள்ளதால் அக்காள் மகள் சகோதர உறவாகும். அதாவது அம்மா, மாமா, ஆகியோர் சகோதரப் பிரிவினராகவும், தந்தை, அத்தை போன்றோர் சம்பந்தப் பிரிவினராகவும் இருக்கும். தாய் மாமன் முறையும் ஒரே கிளை ஆகிவடுவதால், மாமான் பிள்ளைகள் மற்றும் அத்தை பிள்ளைகளே திருமண உறவுக்குரியோர் ஆகின்றனர். தந்தையுடன் பிறந்த சித்தப்பா தவிர்த்து, அம்முறை உடைய பிறரை (அம்மாவின் உறவு முறையோரை) மணம் செய்கின்றனர். இவ்வழக்கத்தை 'தாய் தின்னா சோறு பிள்ள' என்ற பழமொழியால் அறியலாம்.

பெண் பார்த்தல்

மணமகனுக்கேற்ற மணப்பெண்ணைத் தேர்வு செய்தலைப் பெண்பார்த்தல் எனலாம். இது திருமண நிகழ்வின் தொடக்க நிலையாகும். ஆண் பெண்களுக்குத் திருமணம் நிச்சயிக்கப்படும்போது முதலில் கிளையின் அடிப்படையிலேயே தான் செய்யப்படுகிறது. ஆண் பெண் திருமணத்திற்குப் பார்க்கும் பத்து வித பொருத்தங்களில் முதன்மையானது கிளைப் பொருத்தம். இது இல்லை எனில் மற்ற எல்லா வகையிலும் நூறு சதம் சரியாகப் பொருந்தி இருந்தாலும் திருமணம் செய்வதற்கில்லை. தங்கள் மகனுக்குத் திருமணம் செய்விக்க விரும்பும் பெற்றோர், தங்கள் குலம், கிளை, குடும்ப நிலைக்கு ஏற்ற பெண் வீட்டாரை உறவினர், பெரியோர் வாயிலாக அறிந்து கொள்கின்றனர். பொருத்தமாயிருப்பின், குறித்த நல்ல நாளில் பெண் பார்க்கச் செல்கின்றனர். பெண் வீட்டார் மணமகன் தகுதி அறிந்து, பெண் தரச் சம்மதிப்பர். பெண்பார்க்கச் செல்லும்போது மணமகன் வீட்டார் பெண் வீட்டில் கை நனைப்பதில்லை. (சாப்பிடும் பழக்கம்) இரு வீட்டாருக்கும் சம்மதம் ஏற்பட்டு, மணமகன் வீட்டார் பெண்ணிற்குப் பூ வைத்த பின் கை நனைத்தல் நிகழ்வதுண்டு.

பரிசம் போடுதல்

திருமணத்தை உறுதி செய்தலை நிச்சயதார்த்தம், நிச்சயதாம்பூலம், ஒப்புதாம்பூலம் எனப் பல விதங்களில் அழைக்கின்றனர். மணமகன் வீட்டார் தம் உறவினருடன் பெண் வீட்டிற்குச் சென்று தாம்பூலம் மாற்றி மண ஒப்பந்தம் செய்து கொள்வது பரிசம் போடுதல் எனப்படும். மணமகன் வீட்டார் பெண்ணிற்குப் ஆடை,

அணிகலன்களைத் தருவர். அதை அணிந்து சபையில் அமர தாய்மாமன் முன்னிலையில் மணநாள், சீர் வரிசை உறுதி செய்யப்படும். திருமணத்திற்கு முன் ஒரு நல்ல நாளிலோ திருமணத்திற்கு முந்தைய நாளிலோ பெண் வீட்டில் வைத்து நடத்தப் பெறும். இன்னார்க்கு இன்னார் என்று மணமக்களை உற்றார் உறவினர் அறிய உறுதி செய்வர்.

முகூர்த்தப் பத்திரிகை அமைப்பு

பத்திரிகையின் முகப்பில் குலதெய்வத்தின் பெயர் சுட்டப்பட்டு அத்தெய்வத்தின் துணை என்பது இடப்படுகிறது. முகூர்த்த நாள், நேரம், இடம் ஆகியன குறிப்பிடப்பட்டு மணமக்களின் பெயர்களைச் சுட்டும் போது இன்னார் மகன் வழி, மகள் வழி பேரன், பேத்தி என இருவரின் தலைமுறையும் குறிப்பிடப்படுகிறது. மணமக்களை ஆசிர்வதிக்குமாறு உற்றார் உறவினர்கள் சுற்றும் சூழ வருகை தருமாறு அழைக்கப்படுவர். திருமணம் இருவீட்டார் அழைப்பாகவும், தனித்தனியே அழைப்பதாகவும் அமைவதுண்டு. இருவீட்டார் அழைப்பாக இருந்தால் வலப்பக்கத்தில் மணமகனின் பெற்றோர் பெயரும், இடப்பக்கத்தில் அவ்வண்ணமே விரும்பும் என மணமகளின் பெற்றோர் பெயரும், தாய்மாமன் பெயரும் இடம் பெறுவதுண்டு. பின்பக்கத்தில் மணமக்களின் உறவுமுறைகள் பெயர் ஊருடன் இடம்பெறும்.

குல தெய்வ வழிபாடு

திருமண அழைப்பிதழ் தயார் ஆனதும், நல்ல நாள் பார்த்து, குல தெய்வ கோவிலுக்குச் சென்று, பொங்கலிட்டு, சாமி முன் படையலிட்டு, பத்திரிகையை வைத்து வழிபட்டு வருவர். 'தெய்வமே வந்து திருமணத்தை நடத்திக் கொடுக்கும்' என்ற நம்பிக்கையில் இப்பழக்கம் உள்ளதாக அறியப்படுகிறது.

திருமண அழைப்பு

நெருங்கிய உறவினர்களுக்கு நேரில் பத்திரிகை வைத்தும், மற்றவர்களுக்குத் தபால் மூலமும் அழைப்பு விடுக்கின்றனர். பங்காளி மற்றும் மைத்துனர் முறை உள்ளவர்களுக்கு அழைப்புச் சுருள் வைக்கப்படுகிறது.

பந்தக்கால் நடல்

மணப்பந்தலின் ஒரு கால்தான் முகூர்த்தக் கால் ஆகும். திருமணம் மணமகன் இல்லத்திலே நடத்தப்படும். மூங்கிலும் பால் ஊறும் மரமும்

தழைத்துச் செழிப்பது போல் மணமக்களின் வாழ்வும் செழிக்கும் என்ற நம்பிக்கையில், மூங்கில் அல்லது பால் ஊறும் மரக் கிளைகளைத் திருமணத்திற்கு முந்தைய வாரத்தில், இருவீட்டாரும் நெருக்கமான உறவினர்களும் சேர்ந்து மணமகன் இல்லதில் பந்தக் கால் நாட்டுவர். இந்நாளில் மாங்கல்யத்திற்குரிய பொன்னை தட்டானிடம் மணமகன் வீட்டார் வழங்கல், (வசதியிருப்பின் தாலிக்கொடிக்குரிய பொன்னையும் வழங்குவர்). அன்றைய தினமே முகூர்த்த புடவை எடுத்தல் போன்ற நிகழ்வுகள் நடைபெறுகின்றன.

தாலி அமைப்பு

கொண்டையங்கோட்டை மறவர் பிரிவினரைப் பெருந்தாலி கட்டிய மறவர் என்று அழைப்பர். இவர்களின் தாலி அமைப்பு இவர்களின் சாதி பிரிவைப் பறைசாற்றும் வகையில் அமைக்கப்பட்டிருக்கும். தாலியின் மேல் பகுதியில் கொண்டையும், பிள்ளையாரின் உருவமும் பொறிக்கப்பட்டிருக்கும்.

பெண் அழைப்பு

மணமகனின் சகோதரி மற்றும் உறவினர்கள் சென்று மணமகளைத் திருமணம் நடக்கும் இல்லத்திற்கு அழைத்து வருதல் பெண் அழைப்பு ஆகும். மணமகள் வீடு தொலைவில் இருந்தால் திருமணத்திற்கு முந்திய நாள் மாலையே பெண் அழைப்பு நடைபெறும். அல்லது திருமண நாள் அன்று அதிகாலையிலேயே நடைபெறும்.

முகூர்த்தம்

மணமகன் மணமகள் கழுத்தில் தாலி கட்டுதல் (மஞ்சள் கயிறு கட்டுதல்) திருமணத்தில் குறிப்பிடத்தக்க நிகழ்வாகும். மணமகளின் சகோதரன் மணக்கோலத்தில் இருக்கும் மாப்பிள்ளையின் கையைப்பிடித்து அழைத்துவந்து மணமேடையில் அமரச்செய்வார். மணமகளும் மணமகனின் சகோதரி மற்றும் உறவினர்களால் அழைத்து வரப்பட்டு மணமகனின் வலப்பக்கத்தில் அமரவைக்கப்படுவார். மங்கல அணியான மஞ்சள் கயிற்றில் கட்டிய தாலியை ஒரு தாம்புலத்தில் வைத்துத் தேங்காய், பூ, மஞ்சளில் புரட்டிய அரிசி இவற்றுடன் பெரியவர்களிடம் ஆசி வாங்குவர். பின்னர் கெட்டி மேளம் முழங்க, மங்கலப் பெண்கள் குலவைவிட மணமகன் மணமகள் கழுத்தில் தாலி கட்டுவார். தாலி கட்டும் போது மூன்று முடிச்சுப் போட வேண்டும் என்பது மரபாகும். முதல் முடிச்சை மணமகனும் அடுத்து இரண்டு

முடிச்சுகளை மணமகனின் சகோதரியும் போடுவார். பெரியோர்களிடம் அங்கீகாரத்தையும் வாழ்த்தையும் பெறுவதே தாலி கட்டுதலின் நோக்கமாகும்.

அதனைத் தொடர்ந்து அம்மி மிதித்தல், மெட்டி அணிவித்தல், வலம் வருதல், சுருள் வைத்தல், மணமக்களுக்குப் பாலும் பழமும் தருதல், மறுவீடு அழைப்பு, சாந்தி முகூர்த்தம் போன்ற பல நிகழ்வுகள் திருமணச் சடங்கில் நிகழ்த்தப்பெறுகின்றன.

தாலி பெருக்கிப் போடுதல்

திருமணம் முடிந்த மூன்றாம் மாதம் நல்ல நாளில் இரு வீட்டு உறவினர்களும் கூடி, மஞ்சள் கயிற்றில் கட்டப்பட்டுள்ள தாலியைப் பொன் தாலி சரட்டில் கட்டும் சடங்கு நிகழ்த்தப்படுகிறது. இது தாலி பெருக்கிப் போடுதல் எனக் கூறப்படுகிறது.

தலைதீபாவளி

திருமணம் முடிந்த ஆண்டில் வரும் முதல் தீபாவளிப் பண்டிகை தலைதீபாவளியாகக் கருதப்படுகிறது. புகுந்த வீட்டில் இருக்கும் பெண், தன் பிறந்த வீட்டிற்கு மாப்பிள்ளையுடன் அழைத்து வரப்படுகிறாள். இருவருக்கும் புத்தாடை மற்றும் மாப்பிள்ளைக்குச் சீர் செய்யப்படும். தடபுடலான விருந்தும் வைக்கப்படும்.

தலை ஆடி

திருமணம் முடிந்து வரும் முதல் ஆடியில் மாப்பிள்ளையையும் பெண்ணையும் பிறந்த வீட்டிற்கு அழைத்து விருந்து வைப்பர். பெண் பிறந்த வீட்டிலே தங்கிவிட மாப்பிள்ளை மட்டும் திரும்பி விடுவார். ஆடியில் கணவன் மனைவி சேர்ந்து இருப்பது, சித்திரை (கத்திரி) வெயிலில் பிள்ளைபேற்றிற்கு வழிவகுக்கும் என்ற நிலையில் இம்மரபு பின்னற்றப்படுகிறது.

பொங்கல் படி

முதல் தைப் பொங்கலுக்குப் புத்தாடை, பொங்கல் வைப்பதற்குத் தேவையான புதுப்பானை, அரிசி, வெல்லம், கரும்பு, மங்கலப் பொருள்கள், காய்கனிகள் ஆகியவற்றைப் பெண் வீட்டில் இருந்து கொண்டு வருவர். அவரவர் வசதிக்கு ஏற்ப ஒவ்வொரு ஆண்டும் தொடர்ந்து கொடுக்கும் வழக்கமும் உண்டு.

புதுமனை புகுதல்

புதிதாகக் கட்டிய வீட்டிற்குக் குடியேறும்போது புதுமனை புகுவிழா நடத்தப் பெறுகிறது. நல்ல நாளில் புதுப்பானையில் பாலைப் பொங்கச் செய்து, விழாவிற்கு வந்திருக்கும் உற்றார் உறவினர்களுக்கு விருந்து செய்வர். பெண்ணின் பெற்றோரோ, சகோதரரோ புத்தாடைகள், புதுப்பானை, விளக்கு, தேங்காய், பழம் மற்றும் வரிசை பொருட்களைக் கொண்டு வந்து பெண்ணிற்கு பெருமை சேர்க்கின்றனர்.

சீமந்தம்

வளைகாப்பு, பொங்கி போட்டு அழைத்தல் எனப் பல பெயர்களால் இதனை அழைப்பர். பெண் கருவுற்ற ஏழாவது மாதத்திலோ, ஒன்பதாவது மாதத்திலோ புகுந்த வீட்டில் இருக்கும் பெண்ணை, பிள்ளைப் பேற்றிற்காகத் தாய் வீட்டிற்கு அழைத்து வரும் சடங்கு இது. உறவின் முறையோருக்கு அழைப்பு விடுத்து, பெண் வீட்டாரும் அவர்தம் உறவினர்களும் பல்வேறு உணவு வகைகளைச் சமைத்து மாப்பிள்ளையின் வீட்டிற்கு எடுத்துச் சென்று பெண்ணுக்கு வளையல் அணிவித்து வளைகாப்பு நடத்திப் பிள்ளைப் பேற்றிற்காகப் பெண்ணைத் தாய் வீட்டிற்கு அழைத்து வருவர். பிள்ளைப் பேறு என்பது பெண்ணிற்கு மறுபிறவி போன்றதாகும். கருவுற்ற பெண்ணிற்கும் பிறக்கப் போகும் குழந்தைகளுக்கும் எவ்விதத் துன்பமும் நேர்ந்துவிடக் கூடாது. தாயும் சேயும் நலமுடன் இருக்க வேண்டும் என்பதற்காக வளைகாப்புச் சடங்கு நிகழ்த்தப்படுகிறது.

பிள்ளை பேறு

மக்களின் வாழ்வில் மாபெரும் செல்வமாகப் போற்றப்படுவது பிள்ளைச் செல்வமாகும். அப்பிள்ளை பேற்றை ஒட்டிய கொண்டாட்டங்களில் மனம் செலுத்துகின்றனர். சேனை தொடுதல், தொட்டில் கட்டுதல், காது குத்துதல் ஆகிய நிகழ்வுகள் ஊத்துமலை மக்களின் வாழ்வில் சிறப்பிடம் பெற்றுள்ளன.

சேனை தொடுதல்

சேய் நெய் தொடுதல் என்பதே சேனை தொடுதல் என வழங்கப்படுகிறது. சேனை என்பதைக் 'குழந்தை பிறந்தவுடன் புகட்டும் இனிப்புக் கலந்த திரவ உணவு' என்கிறது தமிழ் அகராதி. குழந்தை பிறந்தவுடன் பெரியவர்களை அழைத்துக் குழந்தையின் நாவில் இனிப்புக்

கலந்த நெய் அதாவது எண்ணெயைத் தொட்டு வைக்கும் வழக்கத்தையே சேனை தொடுதல் என்பர். சேனை தொட்டு வைக்கும் பெரியோரின் குண நலன்கள் குழந்தைக்கு வரும் என்ற நம்பிக்கையின் அடிப்படையில் இச்சடங்குச் செய்யப்படுகின்றது.

தொட்டிலிடுதல்

குழந்தையைத் தொட்டிலில் கிடத்தித் தாலாட்டுப் பாடித் தூங்க வைக்கும் பழக்கம் தமிழரின் தனிப்பண்பாகும். குழந்தையின் தாய்மாமன் தொட்டில் துணி, தொட்டில் கம்பு, தொட்டில் கயிறு, புத்தாடை ஆகியவற்றைக் கொண்டு வந்து தொட்டில் கட்டி அதில் குழந்தையைக் கிடத்தி மூன்று முறை ஆட்டுவர். குழந்தையின் பெயரை அதன் காதில் மும்முறை சொல்வர்.

காது குத்துதல்

குழந்தைகள் தொடர்பான சடங்குகளில் சிறப்பிடம் பெறுவது காது குத்துதல் சடங்காகும். குழந்தை பிறந்து ஓராண்டு முடிவதற்குள் குழந்தைக்கு மொட்டை போட்டுக் காது குத்த வேண்டும் என்பது வழிவழி வரும் மரபாக உள்ளது. காது, மூக்கு ஆகிய பகுதிகளில் துளையிட்டு உலோக ஆபரணம் பூட்டுவதால், தீமை தரும் ஆவிகளிடமிருந்து குழந்தைகளைப் பாதுகாக்க முடியும் (காத்து கருப்பு அண்டாது) என்ற நம்பிக்கையில் இப்பழக்கம் மக்களிடம் ஏற்பட்டிருக்கலாம். வழிவழியாக வந்த இப்பழக்கமே சடங்காகவே மாறிவிட்டது. அவரவர் தம் குல தெய்வக் கோயில்களில் முடியெடுத்து காது குத்தும் சடங்கு அனைத்துக் குழந்தைகளுக்கும் தவறாது நடத்துகின்றனர். தாய்மாமன் மடியில் குழந்தையை அமர வைத்துக் காது குத்துதல் என்பது இவ்வூரில் மாறாத வழக்கமாக இருந்து வருகிறது. இவ்விாவில் குழந்தை அணிவதற்குரிய கடுக்கன் அல்லது கம்மலை தாய்மாமனே வாங்கி வருகிறான்.

பூப்புச்சடங்கு

ஒரு பெண் பருவம் அடையும் நிகழ்வே பூப்படைதல் ஆகும். இப்பூப்புக் காலத்தை ஒட்டிப் பெண்ணிற்கு நிகழ்த்தப்படும் சடங்கே பூப்புனித நீராட்டு விழா எனப்படுகிறது. இதற்குப் பூப்படைந்த பெண்ணைப் புனிதமாக்கும் நீராட்டு விழா எனப் பொருள்படும். அதாவது, பருவ வயதை அடைந்த ஒரு சிறுமி பால்முதிர்ச்சி அடைந்து (சிறுமியாக

இருந்தவள் குமரியாக மாறும்) பருவ மாற்றம் பெற்று 'பக்குவப் படும்போது' நடத்தப் பெறும் ஒரு சமயச் சடங்காகும்.

பூப்படைந்த அன்றோ, மூன்றாம், ஐந்தாம் நாளோ தாய்மாமன் புடவை எடுத்துவர, மாமன் மனைவி சுமங்கலிப் பெண்களுடன் கூடி மஞ்சள் கலந்த நீரால் பூப்படைந்த பெண்ணைக் குலவை இட்டு நீராட்டுவார். இதற்குத் தலைக்குத் தண்ணீர் ஊற்றல் என அழைப்பர். தற்காலத்தில் தனியாக குளியலறை வைத்திருப்பவர்கள் பெண்ணைக் குளியறையில் நீராட்டுகின்றார்கள். பின்பு பெண்ணிற்குப் புதிய ஆடை அணிவித்து தாய்மாமனிடம் ஆசீர்வாதம் பெற்றபின்னர் ஒரு தனியறையில் பெண்ணை விடுவர். பெண் பூப்படைந்தபோது அணிந்திருந்த ஆடையினை குடும்பச் சலவைத் தொழிலாலிக்குக் கொடுப்பதே மரபாக இருந்தது. தீட்டு முடியும் வரை மாற்றுடுப்பு வழங்கும் பொறுப்பும் அவரையே சார்ந்துள்ளது. அவ்வீட்டில் உள்ள அனைவருக்கும் முப்பத்தொரு நாட்கள் வீட்டுத் தீட்டு ஏற்படுகின்றது. ஆகையால் அதை நிவர்த்தி செய்வதற்கு ஒரு குருவை அழைத்து புண்ணியவாசம் செய்வார்கள்.

உபசரிக்கும் முறை

பருவமடைந்த பெண்ணிற்குப் பதினாறு நாட்களும், எதிர்காலத்தில் அவள் குழந்தையைத் தாங்கும் வலிமையைப் பெறவேண்டும் என்பதற்காக ஊட்டச் சத்தான உணவு வகைகளை (உளுந்து, நல்லெண்ணை, முட்டை) உறவினர்கள் கொடுத்து வலுச் சேர்க்கின்றனர். உணவாக முதல் மூன்று நாட்களும் பச்சையரிசி சாதமும், கத்தரிக்காய் பாற்கறியும் கொடுப்பார்கள். மூன்று நாட்களின் பின் அதிகாலை ஒரு பச்சை முட்டை குடிக்கக் கொடுத்து அதன் அளவு நல்லெண்ணெயும் முட்டைக் தோடுக்குள் விட்டுக் குடிக்கக் கொடுப்பார்கள். பின்பு காலை உளுத்தங்களி, உளுந்த வடை, மதியம் சோறு கறி, கத்தரிக்காய்ப் பொரியல், முட்டைப் பொரியல் கொடுப்பார்கள். பொரியல் வகை, சமையல் எல்லாவற்றிற்கும் நல்லெண்ணையையே பயன்படுத்துவார்கள். இக்காலத்தில் இலகுவாகச் சாப்பிடக் கூடிய ஊட்டநலன் உள்ள உணவுகளைக் கொடுப்பர். முக்கியமாக அனைத்து உணவுகளிலும் உளுந்தும், நல்லெண்ணெயும் மிகுதியாகச் சேர்க்கப்படும்.

பூப்புனித நீராட்டு விழா

கிராமப்புறங்களில் சடங்கு என்றாலே அது பூப்புனித நீராட்டுவிழாவையே குறிக்கும் என்னும் அளவிற்கு இச்சடங்கு மிகுந்த முக்கியத்துவம் பெற்றதாக நிகழ்த்தப்படுகிறது. இது பூப்படைந்த அண்மைய நாட்களில் அல்லது மாதங்களில் நடத்தப்பெறுகின்றன. சடங்கு செய்வதற்குச் சுபநாள் ஒன்றைத் தெரிவு செய்து அச்சடங்கை விழாவாக வீட்டிலோ அல்லது மண்டபத்திலோ நடத்துவர். இவ்விழா மற்றும் இதற்கான சடங்குகள் அவர்களின் வாழ்நிலை வசதி ஏற்ப மாறுபடுகின்றன. அத்துடன் அவர்கள் தம் உறவுகளுக்கும், நண்பர்களுக்கும் அவ்விழாவிற்கு வரும்படி அழைப்பு விடுப்பார்கள். வசதி படைத்தோர் தலைக்குத் தண்ணீர் வார்த்தலை வீட்டிலும், அதற்கான கொண்டாட்டத்தினை மண்டபத்திலும் ஆடம்பரமாகக் கொண்டாடுவார்கள். மற்றையோர் இரண்டையும் வீட்டிலேயே செய்வார்கள். புரோகிதர் புனித நீர் தெளித்துச் சென்றதும் பூப்படைந்த பெண்ணின் தாய்மாமன் மனைவி மற்றும் பெண்கள் சிலர் சேர்ந்து பூப்படைந்த பெண்ணை மஞ்சள்த்தூள் கலந்த நீர் கொண்டு குளிப்பாட்டுகின்றனர். இதன் பிறகு தாய்மாமன் கொண்டு வந்த பட்டுப்புடவை மற்றும் அலங்காரப் பொருட்கள் கொண்டு பூப்படைந்த பெண் அலங்கரிக்கப்படுகிறாள்.

இவ்விழாவில் தாய்மாமன்சீர் சிறப்பானதாக எதிர்பார்க்கப்படுகிறது. பூப்படைந்த பெண்ணின் தாய்மாமன் அல்லது அத்தை மகளுக்கு (சிறுமிக்கு) ஆணுக்கான உடை அணிவிக்கப்பட்டு மாப்பிள்ளையாக்கப்படுகிறாள். பூப்படைந்த பெண்ணிற்குத் தாய்மாமன் மனைவியும், மாப்பிள்ளை வேடமணிந்த சிறுமிக்குப் பூப்படைந்த பெண்ணின் தாயும் மாலை அணிவிக்கின்றனர். அதன் பிறகு பெண்கள் சேர்ந்து அவர்களுக்குரிய சடங்குகள் செய்து ஆசிர்வதிக்கின்றனர். பெண் இல்வாழ்க்கைக்கு உரிய தகுதியைப் பெற்ற நிலையை உறவினர்களுக்கும் உலகத்தார்க்கும் தெரிவிப்பதே பூப்புச் சடங்கின் முக்கிய நோக்கம் எனலாம். பொதுவாக ஒரு பெண் பூப்படைந்த நேரத்தை வைத்து கணிக்கப்பெறும் ஜாதகம் அவள் பிறக்கும் போது எழுதப்பட்ட ஜாதகத்திலும் சிறப்புடையது என நம்பப்படுகிறது.

இறப்புச் சடங்கு

மனிதன் பிறப்பதற்கு முன்பே தொடங்கும் சடங்குகள் அவன் இறந்த பின்பும் தொடர்கின்றன. ஒருவர் இறந்தவுடன் நிறை மரக்காலில்

நெல்லை நிரப்பி அதன்மேல் விளக்கேற்றி வைக்கும் வழக்கம் உள்ளது. இறந்தவரின் உயிர் ஒளியாக - சோதியாக மாறியுள்ளது என்பதைக் குறியீடாய் இச்செயல் உணர்த்துகிறது. வயதாகியோ, நோய்வாய்ப்பட்டோ இயல்பாக இறப்போர்க்கு மட்டுமே இறப்புச் சடங்குகள் மேற்கொள்ளப்படுகின்றன. அகால மரணம் அடைந்தோருக்கு (விபத்து, கொலை, தற்கொலை) எவ்விதச் சடங்கும் நிகழ்த்தப்படுவதில்லை என்பது குறிப்பிடத்தக்கதாகும்.

ஒருவர் இறந்துவிட்டால் அவரை உடனே குளிப்பாட்டி, விபூதி அணிவித்து, கண்களில் சந்தனம் வைத்து, நெற்றியில் சந்தனம் வைத்து அதன்மேல் காசு வைத்து தெற்குத் திசை நோக்கி தலைப் பகுதி இருக்குமாறு கட்டிலை வைத்து, குத்து விளக்கேற்றி வைக்கிறார்கள். இறப்புச் சடங்கு நடைபெற இருக்கும் இடத்தில் (முற்றத்தில்) பந்தல் அமைத்து, வெள்ளை துணி கட்டி வைப்பர். இறந்தவரின் பிறந்தகத்தாரும், உரிமைக்காரர்களும் வாக்கரிசி எடுத்து வருவர். ஊர் எல்லைக்கு அவர்கள் வந்தவுடன் மேளக்காரர்கள் மேளம் அடித்து அழைத்து வருவர். அந்தச் சமயத்திலும் உறவினர்களான பெண்கள் மூன்று முறை பாடையை இடப்பக்கமாக மாரடித்துச் சுற்றிய பின் ஒருவரை ஒருவர் கட்டிப் பிடித்து ஒப்பாரி வைத்து அழுவார்கள். இறந்தவர் சுமங்கலிப் பெண்ணாக இருந்தால், பிறந்த வீட்டாரும், புகுந்த வீட்டாரும் தனித்தனியே கோடி (கலர் புடவை) போடுவர்.

இறந்தவர் ஆணாக இருந்தால் அவரின் மனைவிக்குப் பிறந்த வீட்டாரும், புகுந்த வீட்டாரும் தனித்தனியே கோடி (வெள்ளைப் புடவை) போடுவர். இறந்தவரின் பிள்ளைகள், பேரப்பிள்ளைகள் நீர் மாலை எடுப்பதற்கு உரியவர் ஆவர். வீட்டிலிருந்து உடலை எடுக்கும் முன் நீர் நிலைக்குச் சென்று, நீராடி, மேல் சட்டை அணியாமல், வேட்டி மட்டும் அணிந்து, திருநீறு பூசி, பூணூல் அணிந்து, நூல் சுற்றிய சிறு குடம் அல்லது செம்பில் நீரை எடுத்துவருவர். நீர் மாலை எடுத்து வருவோரை வெள்ளை வேட்டியின் நிழலில் அழைத்து வருவர். அவ்வாறு எடுத்து வரும் நீரை, இறந்தோர் உடலைக் குளிப்பாட்ட வைத்திருக்கும் நீரோடு கலந்து நீராட்டுவர். உரிமையுடையப் பெண்களும் பேத்திகளும் மாவிளக்கு எடுத்து இறுதி அஞ்சலியை செலுத்துகின்றனர். பின்னர் பெண்கள் வாய்க்கரிசி இட்ட பின், இறுதிச் சடங்கின் இறுதிக் கட்டமாக தானம் வழங்கல் நடைபெறும். இறுதிச் சடங்கின் இறுதிக் கட்டமாக தானம் வழங்கல் நடைபெறும்.

தாலி வாங்கல்

பெண்கள் சுமங்கலியாக இறப்பதை ஒரு பெரிய பேறாகக் கருதுகின்றனர். ஆனால் கணவன் மனைவிக்கு முதல் இறக்க நேரிட்டால், இச்சந்தர்ப்பத்தில் கணவனால் கட்டப் பெற்ற புனிதமான தாலியானது கழற்றப் பெற்று கணவனின் சகோதரனிடம் கொடுக்கப்படும். அவர் அதைப் பாலில் போடுவார். நெஞ்சில் வைக்கப் பெற்று இறுதிச் சடங்கை நிறைவு செய்வார். கணவனின் கைப்பிடித்து, மனைவியின் தலையில் எண்ணெய், சீயக்காய் வைத்து, நீர் ஊற்றி குளிப்பாட்டி, வெள்ளைச் சீலை அணிவிக்கப் பெறும். அன்று முதல் அந்தப் பெண் நல்ல காரியங்களை முன் நின்று செய்வதற்கு அருகதை அற்றவள் என ஒதுக்கப் பெற்று விடுகிறாள்.

இறுதி ஊர்வலம்

உடலின் வாய், கை, கால், விரல்கள் ஆகியவற்றைக் கட்டி உடலைத் துணியினால் மூடி பாடையில் வைத்து, சப்பரம் போல் அலங்கரிக்கப்பட்ட வண்டியில் கால் முன்பக்கமாக இருக்கும்படி வைப்பர். இறந்தவர் உடலைத் தொட்டுத் தூக்கும் உரிமை இறந்தவரின் மருமக்கள்மாருக்கே உரியதாக அமைந்துள்ளது. அதன்பின் பறை மேளம், சங்கு வாத்தியங்களுடன் உடலை மயானத்துக்கு எடுத்துச் செல்வர். அவ்வாறு செல்லும்போது, பெண்பிள்ளைகள் வீதி முனைவரை சென்று, பாடை இருக்கும் வண்டியை மூன்றுமுறை வலம்வந்து கொள்ளிப் பானையை உடைப்பர். இறந்தவரின் பேரப்பிள்ளைகள் வண்டியில் அமர்ந்தவண்ணம் பந்தம் பிடிப்பர். சாமரம் வீசுவதுபோல் துணியைச் சுழற்றிய வண்ணம் செல்கின்றனர். உடல் இருந்த இடத்தினை சாணத்தினால் மெழுகி தெரு முனைவரை சாணம் கரைத்த நீரைத் தெளிப்பர்.

கொள்ளி வைத்தல்

இறப்புச் சடங்கில் கொள்ளி வைத்தல் என்பது மிக முக்கியமான சடங்காகும். சுடுகாட்டில் உடலுக்கு எரியூட்டும் முன் இறந்தவரின் மகன் நீர் நிறைந்த கலயத்தைத் தோளில் வைத்து மூன்று முறை உடலை வலம் வந்து குடம் உடைத்துக் கொள்ளி (தீ) வைக்கும் நிகழ்வே கொள்ளி வைத்தல் என்பதாகும். தலைப்பிள்ளையாக இருந்தால் எரித்தலும், மற்ற பிள்ளையானால் புதைத்தலும் இச்சமூகத்தின் வழக்கமாக உள்ளது. தற்காலத்தில் ஆண்பிள்ளைகள்

இல்லாத சில குடும்பங்களில் பெண்களும் கடமைகள் செய்து உறவினர் அல்லது இரத்த உறவு உள்ள ஒருவர் மூலம் தகன நிகழ்வை நிறைவேற்றுகின்றனர்.

மொட்டை போடுதல்

கொள்ளி வைத்தவர் தம் துக்கத்தை வெளிப்படுத்தும் வகையில், தன் தலை முடியை மலித்து மொட்டை போட்டுக் கொள்கிறார். தனி மொட்டை போடக் கூடாது எனத் துணை மொட்டையும் போடுவர். இறுதிக் கடன் செய்தவர் சிறியவராயின் அவரிடம் ஒரு இரும்பாலான ஆயுதம், அல்லது திறப்பைக் கொடுப்பார்கள். இரும்பு கையில் இருக்கும் போது பேய், பிசாசு தொடராது என்பது நம்பிக்கை. உடலை எரிக்கும் வெட்டியான் பூதவுடல் எரியும் வரை மயானத்தில் நின்று எரிப்பார். மற்றையோர் தத்தமது வீடுகளுக்குச் சென்று விடுவார்கள். கடமை செய்தவரும், உரிமைகாரர்களும் இறுதிச் சடங்கு நடந்த வீட்டிற்குச் செல்வார்கள். அதற்குள் வீட்டில் இருப்போர் இறந்தவரின் படத்திற்கு மாலையிட்டு விளக்கேற்றி வைத்திருக்க, வீட்டிற்குச் சென்றதும் வாசலில் கால் கழுவி தண்ணீர் தெளித்தபின் உள்ளே நுழைந்து அதனை வணங்குவர்.

பட்டினி அமர்த்தல்

இறுதிச் சடங்கு முடிந்து வீடு சுத்தம் செய்யப் பெற்று பட்டினி அமர்த்துவர். இறந்தவரின் துக்கத்தினால் பட்டினியாக இருந்த உறவினர்களின் பட்டினியை முடிவுக்குக் கொண்டு வருவதற்காக இவ்வழக்கம் உள்ளது. உடல் தகனம் செய்யும் வரை இறந்தவரின் வீட்டில் அடுப்பு மூட்டமாட்டார்கள். ஆதலால் இந்நிகழ்வு சம்பந்த வழி மூலம் நிறைவேற்றப்படுகிறது. இதனை உரிமை சாப்பாடு என்றும் அழைப்பர். இறந்தவரின் படம் முன் படைத்து வணங்கி, பின் மற்றையோருக்குப் பரிமாறுவது வழக்கம்.

காடாற்றுதல் (காடாத்து):

இறந்தவரின் உடல் தகனம் செய்த மறுநாள் அல்லது மூன்றாம் நாள் 'காடாத்து' (காடு ஆற்று) என்னும் சடங்கு நடைபெறுகின்றது. காடாற்று என்பது உடலை எரித்ததினால் சூடாக இருக்கும் சுடுகாட்டை ஆற்றுதல் எனப் பொருள் பெறும். எரித்த இடத்தில் உள்ள எலும்புகள், சாம்பல்கள் என்பவற்றை நீர் நிலைகளில் சங்கமிக்கச் செய்வதற்கு எரித்த இடம் ஆற்றப் பெறுதல் அவசியம். (சுடுகாடு என்பது உடலை

எரிக்கும் இடமெனவும், இடுகாடு என்பது பூதவுடலை அடக்கம் செய்யும் இடம் எனவும் பொருள் பெறும்,) சாம்பலை ஒரு குடத்தில் சேகரித்து நீர் நிலையில் கரைப்பர். புதைத்த இடம் என்றால் வெள்ளை அடித்து வணங்கி வருவர்.

படையல்

இறந்தவரின் ஆவி இறந்த நாளில் இருந்து 15 நாட்கள் வரை அவ்வீட்டைச் சுற்றிக் கொண்டு நிற்கும் என்பது மக்களின் நம்பிக்கை. அதனாலேயே 3ம் நாள், 8ம் நாள், 15ம் நாள் படையல் என இறந்தவர் விரும்பி உண்ணும் உணவும், உணவுப் பண்டங்களும் படைத்து இறந்தரின் ஆவியை மகிழ்விக்கின்றனர். படையலை வைத்து,

"கத்தரிக்கா எங்களுக்கு
கைலாசம் உங்களுக்கு
எள்ளுருண்டை எங்களுக்கு
எமலோகம் உங்களுக்கு"

என்பது போன்ற பாடல்களைப் பெண்கள் மாரடித்துப் பாடுவர்.

காரியம்

16 ஆம் நாள் காரியம் நடத்தப் பெறகின்றது. புரோகிதர் வந்து சடங்கு செய்து, நீர் தெளித்து தீட்டுப்பட்ட வீட்டை புனிதமாக்குவார். உறவினர்கள் ஐயருக்கு அரிசி தானியம் காய்கறிகள் வழங்கிய பின், காரியம் செய்தவருடன் உறவினர்களும் சுடுகாட்டிற்குச் சென்று பூசை செய்துவிட்டு வருவர். மதிய உணவு முடிந்தவுடன், காரியம் செய்தவருக்கு உரிமையுடையவர்கள் துணி எடுத்துக் கட்டுவர். மற்ற உறவினர்கள் பணம், நகை என அவரவர் தங்கள் வசதிக்கேற்ப அளிப்பர். ஓராண்டு கடந்ததும் திதி அனுசரிக்கப்படுகிறது.

சமய நிலை

சமயம் சார்ந்த மக்களின் நம்பிக்கைகள், சடங்கு முறைகள், விழாக்கள், வழிபாட்டிடங்கள் போன்ற பல கூறுகள் இப்பகுதியில் இடம்பெறுகின்றன. இத்தகைய தெய்வ வழிபாட்டால் ஒரு சமுதாயத்தின் தொன்மை கூறுகளை அறிய இயலும்.

வழிபாடு - விளக்கம்

"வழிபாடு என்ற சொல்லுக்கு வணக்கம், கோட்பாடு, பூசனை, பின்பற்றுதல், வழக்கம் எனப் பல பொருள்கள் இருப்பினும்

கடவுளையோ, உயிர் இல்லாதவற்றையோ, உயிர் உள்ளவற்றையோ, வாயால், மனத்தால் வழிபடுவதே வழிபாடு" எனத் தமிழ் லெக்சிகன் விளக்கம் தருகிறது. குறிப்பிட்ட ஒரு வெற்றிடத்தை வழிபடல், நிலைக்கதவை வழிபடல், பீடத்தை வழிபடல், உருவத்தை வழிபடல், நடுகல்லை வழிபடல் என வழிபாட்டில் பல நிலைகள் இருந்து வருகின்றன.

இயற்கை வழிபாடு

இயற்கை வழிபாடே உலகின் தொன்மையான வழிபாடாகக் கருதப்படுகின்றது. பயிர்த் தொழில் தொடங்குவதற்குமுன் இறைவனை வழிபடுகிறார்கள். நடவு நடுகின்ற போது பெண்கள் சந்திரனை வணங்கி பின் குலவையிட்டு நடுகின்றனர். கிராம மக்கள் சித்திரை மாதம் பௌர்ணமியன்று சந்திரனை வழிபாடு செய்கின்றனர். பயிர்கள் செழிக்கவும், மக்கள் நல்வாழ்வு வாழவும் இன்றியமையாதது மழை. வருணனைக் கடவுளாகக் கருதி மழையை மக்கள் வழிபடுகின்றனர். பயிர் அறுவடையின் போது பொங்கலிட்டுச் சூரியனை வழிபடுகின்றனர். கடவுளுக்கு நன்றி கூறும் வகையில் உழவர் திருநாள் கொண்டாடப்படுகிறது. தை முதல் நாளன்று சூரிய உதயத்திற்கு முன்பாகப் பொங்கலிட்டு வணங்குகின்றனர். சித்திரை மாதம் நல்ல நாளில் மாடுகளைக் குளிப்பாட்டிக் குங்குமம் வைத்துப் பூச்சூட்டி ஏர்பூட்டிப் பூமாதேவியை வணங்குகின்றனர். இவ்வியற்கை வழிபாட்டின் தொடக்க நிலையிலிருந்து சிறு தெய்வ வழிபாடு தோன்றியது எனலாம். உலகிலுள்ள கால்நடைகளையும், பயிர் வளங்களையும் ஒருங்கே பாதுகாப்பது மாரியம்மனே என அனைவரும் நம்பி அத்தெய்வத்தை வழிபடுகிறார்கள்.

சிறுதெய்வ வழிபாடு

தனி மனித வாழ்வில் இன்பங்களையும் துன்பங்களையும் ஒரு சேர வழங்கி மனிதனைத் தன் வயப்படுத்தி வணங்குமாறு செய்த நிலையில் சிறு தெய்வ வழிபாடு தோன்றியது எனலாம். சிறு தெய்வ வழிபாடு வீட்டுத் தெய்வ வழிபாடு, குலதெய்வ வழிபாடு, சிறுதெய்வ வழிபாடு, பெருந்தெய்வ வழிபாடு என நான்கு வகைப்படும். முதல் மூன்றையும் சிறு தெய்வ வழிபாட்டின்கண் அடக்குவர். சிறுதெய்வ வழிபாடு குல தெய்வ வழிபாடாகவும், குலதெய்வ வழிபாடு ஊர்த் தெய்வ வழிபாடாகவும், ஊர்த் தெய்வ வழிபாடு நாடு தழுவிய வழிபாடாகவும் மாறுகின்றது.

வீட்டுத் தெய்வம்

தங்களுக்குள் வழிகாட்டியாய் விளங்கி, வாழ்ந்து மறைந்த முன்னோர்களையோ, கன்னியாக இருந்த நிலையில் வாழ்ந்து மறைந்த பெண்களையோ, தங்களின் வீட்டுத் தெய்வமாக வழிபடும் மரபு காணப்படுகிறது. இது பெரும்பாலும் பெண் தெய்வமாகவே இருக்கும். இதனை வீட்டுச் சாமி, குடும்பத் தெய்வம், கன்னித் தெய்வம், வாழ்வரசி என்று கூறுவதுண்டு.

குலதெய்வம்

ஒரு குறிப்பிட்ட மூதாதையின் மரபில் தோன்றியதன் வாயிலாக ஒருவருக்கொருவர் உறவு கொண்டுள்ள குழுவே 'குலம்' (clan) ஆகும். இரத்த உறவுடைய பங்காளிகள் ஒரே குலத்தைச் சேர்ந்தவர்களாகக் கருதப்படுவர். இவர்களுக்குள் திருமண உறவு நடைபெறாது. இவ்வாறு அமையும் ஒவ்வொரு குலத்திற்கும் தனித்தனித் தெய்வமும் கோயிலும் இருக்கும். இதுவே குலதெய்வம் என்றும் குலதெய்வக் கோயில் என்றும் குறிப்பிடப்படும். 'குலதெய்வத்தை வணங்கினால் கோடி நன்மை உண்டு', 'குருவை மறந்தாலும் குலதெய்வத்தை மறக்காதே' என்ற பழமொழிகள் குலதெய்வ வழிபாட்டின் முக்கியத்துவத்தை உணர்த்தும். பூப்புச் சடங்கு, திருமணம், காதணி விழா அழைப்பிதழ்களில் குலதெய்வத்தின் பெயர் தவறாது இடம் பெறுவதை காணலாம். திருமண நிகழ்ச்சிக்கு முதல் வெற்றிலை பாக்கு வைத்தல், புதுமணப்பெண் உறவினர்களுடன் வந்து பொங்கலிடல் ஆகிய செயல்களின் வாயிலாக, குலதெய்வத்துடனான உறவை வெளிப்படுத்தி வருகின்றனர். நோய்த்தீர, வழக்குகளில் வெற்றிபெற, குடும்பச்சிக்கல்களில் இருந்து விடுபட இத்தெய்வத்தை வேண்டிக் கொண்டு அவ்வேண்டுதல் நிறைவேறினால் இங்கு வந்து விலங்கு உயிர்ப்பலி கொடுத்தல், பொங்கலிடல் ஆகிய சடங்குகளை மேற்கொள்கின்றனர்.

இனத்தெய்வம்

பல குலங்கள் சேர்ந்தது ஓர் இனம், ஒரு சாதி (caste) என்று கூறப்படும். ஒரு குறிப்பிட்ட சாதிக்கென்று உள்ள தெய்வங்கள் இனத்தெய்வங்கள், இனச்சார்புத் தெய்வங்கள், சாதித் தெய்வங்கள் என்ற பெயர்களில் வழங்கப்படுகின்றன. ஒரு குறிப்பிட்ட இனத்தாரின் தனித்துவத்தைக் காட்டும் வகையில் இத்தெய்வங்களின் வழிபாடுகள் சிறப்பாக அமையும். மிகுதியும் பெண் தெய்வங்களே

இனத்தெய்வங்களாக இருக்கும். ஒரே மரபு வழிப்பட்ட குலத்தாரை ஒன்றிணைக்கும் சக்தியாக இனத்தெய்வங்கள் விளங்குகின்றன. இவ்வூரில் தேவர் இனத்தவருக்கு வடக்குவாச்செல்வி அம்மன், உச்சிமாகாளி, புதுவீட்டு அம்மன், கோனார் இனத்தவருக்குக் காளியம்மன், ஆசாரி இனத்தவருக்குப் பத்திரகாளி, நாடார் இனத்தவருக்கு மாரியம்மன், பறையர் அருந்ததியர்களுக்கு முத்துமாரியம்மன், புது வீட்டு அம்மன், வண்ணாருக்குப் பூமி நாச்சியாத்தாள் எனப் பகுத்து வழிபாடு செய்கின்றனர்.

ஊர்த்தெய்வம்

வீட்டைக் காப்பது வீட்டுத் தெய்வம், குலத்தைக் காப்பது குல தெய்வம், இனத்தாரைக் காப்பது இனத்தெய்வம் என்றாலும் ஓர் ஊரில் வாழும் மக்கள் அனைவரையும் காப்பது ஊர்த்தெய்வமே ஆகும். ஊர்ச் சாமி, ஊர்த் தேவதை, கிராம தேவதை, ஊர்க்காவல் தெய்வம் என்ற பெயர்களில் இவை குறிப்பிடப்படுகின்றன. ஊர்மக்கள் அனைவரும் சேர்ந்து ஊர்த்தெய்வங்களுக்கு மிக விமரிசையாகப் பெரிய கும்பிடு நடத்துவர்.

வெகுசனத் தெய்வங்கள்

சாதி, மதம், மொழி என்ற வேறுபாடில்லாமல் அனைவரும் சென்று வழிபடும் வகையில் அமைந்த தெய்வங்களே இங்கு வெகுசனத் தெய்வங்கள் என்ற பெயரில் விளக்கப்படுகின்றன. சிறுதெய்வ மரபிற்கும் பெருந்தெய்வ மரபிற்கும் இடைப்பட்ட ஒரு கலப்பு வழிபாட்டு மரபாக இவை வளர்ந்தும் வளர்த்தெடுக்கப்பட்டும் வருகின்றன. பிள்ளையார் கோவில், கிருஷ்ணன் கோவில், சிவன் கோவில் ஆகியன அவ்வகையில் அமைகின்றன.

ஊத்துமலை கோயில்கள்

இங்கு பாரம்பரியாமாக இந்துக்கள் வாழ்ந்து வருவதால் இந்துக்கள் பெரும்பான்மை பெற்று உள்ளனர். ஜமீன்தார்கள் காலத்தில் உருவாகிய சாஸ்தா கோயில், ஆஞ்சநேயர் கோவில், கன்னியம்மன் கோயில், காளியம்மன் கோயில், வடக்கு வாச்செல்வியம்மன், உச்சினிமகாளி அம்மன் கோயில் உட்பட இவ்வூரில் 17 இந்து கோவில்கள் உள்ளன.

திருவிழாக்கள்

பண்பட்ட சமுதாயத்தின் விளக்கமே திருவிழா எனலாம். "விழா என்னும் திறந்த வாசல் வழியேதான் நம் நாட்டு மக்களை அறிந்து கொள்ளமுடியும்" எனத் தாகூரின் கருத்தினை மேற்கோள் காட்டுவர், சு.சக்திவேல். திருவிழாக்கள் மூலம் கலையாற்றலும் கலையனுபவமும் மேலோங்கி வளர்கின்றன. கலைகளின் வளர்ச்சிக்குத் திருவிழாக்கள் மூலகாரணம் எனின் மிகையாகாது. தொன்று தொட்டே கலைகள் அனைத்தும் கோயில்களோடும் விழாக்களோடும் இணைந்துவிட்டன. இத்திருவிழாக்களின் உட்கூறுகளான கலை, பண்பாடு, நம்பிக்கை, பழக்க வழக்கங்கள், ஒற்றுமை, உளவியல் போன்றவற்றை வெளிப்படுத்தும் வகையில் சிறுதெய்வ வழிபாடு அமைந்துள்ளது. பொய்பேசுதல், களவு, கொலை, கொள்ளை போன்ற தீய பண்புகள் இல்லாமல் மக்கள் வாழ்வதற்குக் காரணம் நாட்டுப்புறங்களில் நடைபெறும் சிறுதெய்வ வழிபாடேயாகும். சிறுதெய்வ வழிபாட்டினைப் 'பழந்தமிழ் மக்களின் பண்பாட்டுக் கண்ணாடி' என்கிறார் ச.கணபதிராமன். 'பண்பாடு' என்னும் சொல் ஒத்துப்போதல், இசைந்து நடத்தல், பொருந்தி வாழ்தல் என்பன போன்ற பொருள்களைத் தரும். அவ்வகையில் சிறுதெய்வ வழிபாட்டால் மக்கள் கூடிவாழும் நற்பண்புகளைக் கற்றுக் கொள்கின்றனர் என்பது பெறப்படுகிறது.

உச்சிமகாளி கோயில் திருவிழாவின்போது முளைப்பாரி எடுத்தல், ஆயிரங்கண் பானை எடுத்தல், தீச்சட்டி எடுத்தல் போன்ற வேண்டுதல்கள் மிகச் சிறப்பாக நடைபெறும். இவ்விழாவில் ஆயிரக்கணக்கான மக்கள் கூடுகின்றனர். இக்கோயிலிலும் பங்குனி மாதத் திருவிழா வடக்குவாச்செல்வியம்மன் கோயில் போலவே மிகச் சிறப்பாக நடைபெறுகிறது. முதல் செவ்வாய் கால்நட்டு, எட்டு நாள்கள் விரதம் இருந்து, அடுத்த செவ்வாய் விழா தொடங்கும். முதல்நாள் திருவிளக்கு பூஜை, பல்வேறு புனித நீர்த்தலங்களிலிருந்து தீர்த்தம் எடுத்து வரப்பட்டு அம்மனுக்குச் சிறப்பு அபிஷேகம் நடைபெறும். ஆராதனையும், அலங்கார பூஜையும் தொடரும். செவ்வாய்க்கிழமை முளைப்பாரி எடுத்தல், பூபபெட்டி எடுத்தல், ஆயிரங்கண் பானை எடுத்தல், தீச்சட்டி ஊர்வலம், பூக்குழி இறங்குதல் போன்றவை நடந்தேறும். புதன்கிழமை பெரிய குளத்தில் முளைப்பாரி கரைக்கப்பட்டு திருவிழா நிறைவு பெறும்.

ஒவ்வொரு வருடமும் ஐப்பசிமாதம் 15 க்கு மேல் வடக்குவாச்செல்வியம்மன் கோயில் திருவிழா நடைபெறும். 2ம்

செவ்வாய்க்குக் காப்பு கட்டி விரதம் இருந்து விழாவைத் தொடங்குகின்றனர். ஞாயிறு மஞ்சள் நீராட்டு, திங்கள் காலை விளக்கு பூசை, செவ்வாய் கிழமை குற்றாலத்தில் இருந்து தீர்த்தம் எடுத்து வருதல், பால்குடம் எடுத்தல், மதிய பூசை, மொட்டை போடுதல், முளைப்பாரி எடுத்தல் ஆகியன நடைபெறுகின்றன. நேர்த்திக் கடன் செலுத்தும் முகமாகப் பொங்கல் வைத்தல், கிடாய் வெட்டுதல், சேவல் பலியிடுதல் ஆகியன நிகழ்கின்றன. இக்கோவில் திருவிழாவின் போது வெளிநாடுகளில், வெளியூர்களில் வேலை செய்யும் இவ்வூர் மக்கள் தங்கள் குடும்பத்தாருடன் இணைந்து தெய்வத்தை வணங்கி மகிழ்கின்றனர். விழா நாட்களில் இரவு நேரங்களில் பாட்டுக் கச்சேரி, ஆடல்பாடல், பட்டிமன்றம் ஆகியவற்றை நடத்துகின்றனர்.

தேவாலயத் திருவிழாக்கள்

கிறிஸ்தவ மக்கள் இவ்வூரில் குறைந்த அளவே வாழ்கின்றனர். இவர்கள் ஒவ்வொரு வருடமும் டிசம்பர் 25ல் கிறிஸ்துமஸ், ஜனவரி 1ல் புத்தாண்டு, அறுப்பின் பண்டிகை, ஏப்ரல் மாதம் புனித வெள்ளி, ஈஸ்டர் போன்ற பண்டிகைகளைக் அனுசரிக்கின்றனர். இவை தவிர சி.எஸ்.ஐ, கத்தோலிக்கத் திருச்சபை மக்கள் தனித்தனியாகப் பல விழாக்களைக் கொண்டாடுகின்றனர்.

சி.எஸ்.ஐ சபை

திருநெல்வேலி திருமண்டலத்திற்கு உட்பட்ட இத்திருச்சபையில் நாடார் இனத்தைச் சார்ந்த மக்கள் உறுப்பினர்களாக உள்ளனர். ஸ்தோத்திரப் பண்டிகை 1975ஆம் ஆண்டு முதல் ஒவ்வொரு ஆண்டும் ஜீலை மாதம் அனுசரிக்கப்படுகிறது.

கத்தோலிக்கத் திருச்சபை

தங்கள் பாதுகாவலராக அருளப்பட்ட புனித அருளப்பருக்கு விழா எடுக்கும் முகமாக, ஆலயத் திருவிழாவைக் கொண்டாடுகின்றனர். ஆண்டுதோறும் டிசம்பர் அல்லது ஜனவரி மாதத்தில் பத்து நாட்கள் விழா நடத்துகின்றனர்.

உயிர்ப்புப் பெருவிழா (ஈஸ்டர்)

தவ காலத்தில் (லெந் டேஸ்) கத்தோலிக்க மக்கள் தவ உடை அணிகின்றனர். உயிர்ப்புப் பெருவிழா (ஈஸ்டர்) அன்று பாயாசம் வைத்து அன்றைய நாளை மகிழ்ச்சியுடன் கொண்டாடி மகிழ்கின்றனர்.

அன்னை மரியின் மாதம்

மே மாதம் ஒவ்வொரு நாளும் அன்னை மரியின் திரு உருவத்திற்குப் புதுப்புடவை கட்டி அழகு செய்விக்கின்றனர். அம்மாதத்தில் தினமும் ஜெபமாலை, பிராத்தனையுடன் பாடற் பலியும் ஆசீரும் நடைபெறுகின்றன. கடைசி நாள் அன்னையின் திரு உருவம் சப்பரத்தில் ஊர்வலமாகக் கொண்டு செல்லப்படுகிறது.

வைகாசி திருநாள்

வைகாசி மாதம் கடைசி செவ்வாய் அன்று புளியம்பட்டி புனித அந்தோனியார் திருத்தலத்திற்கு திருயாத்திரை செல்வதை இக்கிராம மக்கள் வழக்கமாகக் கொண்டு இருந்தனர். அதில் பல இடர்பாடுகள் ஏற்படுவதால் ஊத்துமலையிலேயே இவ்விழாவை நடத்த முடிவெடுக்கப்பட்டு 1998 முதல் வைகாசி திருநாள் இவ்வூரிலேயே நடத்தப்பெறுகிறது. அன்று ஆலயத்திற்குச் சென்று நேர்ச்சை செய்யப்பட்ட ஆடுகளைக் கொண்டு சமைக்கப்பட்ட உணவு வருவோர் அனைவருக்கும் விருந்தாக வழங்கப்படுகிறது. கூட்டுத் திருப்பலியும் ஆசீரும் நடைபெற்ற பின், மக்கள் புதுமைக் கிணற்றில் நீராடி, மொட்டை அடித்து, புனித அந்தோனியாரின் பீடத்தை வலம்வந்து நேர்ச்சை செலுத்தி மகிழ்கின்றனர். இவ்விழா கத்தோலிக்க சபை மக்களுக்கு மட்டுமல்லாமல் ஊர் மக்கள் அனைவருக்கும் பொது விழாவாக அனுசரிக்கப்படுகிறது.

இஸ்லாமியர்

35க்கும் மேற்பட்ட குடும்பங்கள் வசிக்கின்றனர். இவர்கள் ஹனஃப்பி, சாஃப்பி என இரு பிரிவினராகக் காணப்படுகின்றனர். 2010 வரை பழைய காவல் நிலையம் அருகில் உள்ள பழமையான பள்ளிவாசலில் ஒன்றாகத் தொழுகை நடத்திய இவர்கள், தங்களுக்குள் ஏற்பட்ட சில கருத்து வேறுபாட்டால் ஹனஃப்பி பிரிவினர், ஊரின் மேற்குப் பகுதியில் சுரண்டை செல்லும் பாதையில் அமைக்கப்பட்டுள்ள பள்ளிவாசலில் தொழுகையில் ஈடுபடுகின்றனர். ரம்ஜான், பக்ரீத், மிலாடிநபி போன்ற இஸ்லாமியரின் பண்டிகைகள் இம்மக்களால் அனுசரிக்கப்படுகின்றன.

ஊத்துமலையின் கிழக்கே அமைந்திருக்கும் ருக்மணியம்மாள்புரம் கிராமக் குளக்கரையில் அமைந்திருக்கும் ‘கான்சா மாடன்’ தர்க்கா கந்தூரி (சந்தனக்கூடுகை) திருவிழாவில் கொடியேற்றி

வழிபாடுகளில் ஈடுபட்ட இவர்கள், பல்வேறு காரணங்களால் தற்போது கலந்து கொள்வதில்லை என்று கூறப்படுகிறது.

நம்பிக்கைகள்

நம்பிக்கைகளும் பழக்க வழக்கங்களும் பண்பாட்டு வளர்ச்சியின் படிக்கற்கள் எனலாம். அறிவு நிலைக்கு அப்பாற்பட்ட எண்ணங்களையே நம்பிக்கைகள் என்று கூறுலாம். நம்பிக்கைகள் காலம் காலமாக ஒரு தலைமுறையினரிடமிருந்து மற்றொரு தலைமுறையினருக்குப் பரவி வருகின்றன. "நம்பிக்கை ஒரு செயலின் காரணமாகவும் மரபு வழியாகச் சந்ததி, பின் சந்ததி ஆகியோரால் பின்பற்றப்படும் வழக்காகவும் உள்ளது'' என்று வாழ்வியற்களஞ்சியம் குறிப்பிடுகிறது. "மனித வாழ்வைச் சமூகச் சிக்கல்களும் பொருளாதார நெருக்கடிகளும் உணர்வு அலைக்கழிப்புகளும் வலைவிரித்துப் பற்றிப் பிணைக்க முனைந்தாலும் காலங்காலமாய் மனித மனதை ஆக்ரமித்து வந்துள்ள நம்பிக்கைகள் அவனைத் தேற்றுகின்றன. வாழ்வுச் சூழல் கண்டு சலிப்படையும் வேளைகளில் அவனைக் கைதூக்கி விடுகின்றன" என்று மனித வாழ்வில் நம்பிக்கை பெற்றுள்ள இடம் குறித்து க.மீனாகுமாரி குறிப்பிடுகிறார். இத்தகு நம்பிக்கைகளால் அந்தந்த இனத்தின், நாட்டின் பண்பாடுகள் வெளிப்படக் காணலாம். மனிதன் பிறப்பு முதல் இறப்பு வரை பலவித நம்பிக்கைகளைக் கொண்டிருக்கக் காண்கிறோம்.

அவற்றில் சமயம் சார்ந்த நம்பிக்கைகளே மக்களிடம் அதிகம் நிலவுகிறது.

நேர்த்திக் கடன்

நேர்த்திக் கடனாகக் காணிக்கை செலுத்தாவிட்டால் துன்பம் வரும் என்ற நம்பிக்கை எல்லா மக்களிடமும் பரவலாக உள்ளது.

"ஆருகடன் நின்றாலும்
மாரிகடன் ஆவாது
மாரிகடன் தீர்த்தவர்க்கு
மனக்கவலை தீருமம்மா"

என்ற பாடல் வரிகள் மாரியம்மனுக்குச் செலுத்த வேண்டிய நேர்த்திக் கடனைச் செலுத்தாவிட்டால் துன்பம் வரும் என்னும் மக்களின் நம்பிக்கையைப் புலப்படுத்துகிறது. சிறுதெய்வங்களுக்கு நேர்த்திக் கடனாக நிகழ்த்தப்படும் தீமிதி, அக்கினிச் சட்டி எடுத்தல், அலகு குத்திக் கொள்ளுதல் போன்ற நிகழ்ச்சிகளின் வாயிலாக மனிதனின் பண்பட்ட மன உறுதியையும் நம்பிக்கையையும் அறியமுடிகிறது. இவ்வாறு தன்னை வருத்திக் கொள்வதன் மூலம் வாழ்வில் ஏற்படும் எல்லா இடையூறுகளையும் எதிர்கொள்ளும் மனத்திட்பம் மக்கள்பால் ஏற்படுகிறது என்பதைத் தெய்வ வழிபாட்டால் அறியலாம்.

நோன்பிருத்தல்

குழந்தைப் பேறு இல்லாத பெண்கள் வரம் வேண்டித் தெய்வத்தை நினைத்து நோன்பிருத்தல் உண்டு. உணவு உண்ணாமல் கடவுளை வேண்டி இருப்பதனையும் நோன்பு என்பர். பூரண கும்பம் வைத்துப் பொன்னால் விளக்கேற்றித் தாமரைப்பூ இட்டுத் தவம் இருப்பதையும், அரசமரத்தைச் சுற்றுவதையும் நோன்பாகக் கருதுகின்றனர்.

தெய்வ நம்பிக்கை

பழங்காலம் முதல் இக்காலம் வரை தெய்வம் காக்கும் என்ற நம்பிக்கை மக்களிடம் காணப்படுகிறது. நெடுந்தூரப் பயணத்தின் பொழுது பயணத்திற்குத் துணையாகத் தெய்வம் காக்கும் என்ற நம்பிக்கையை மக்களிடம் காண முடிகிறது.

Top of Form

Bottom of Form

உணவு பழக்கம்

அரிசி, தானிய வகைகள் (கம்பு, சோளம், கேழ் வரகு) பால், தயிர், நெய், காய்கறிகள், கீரைகள், தேங்காய், வெள்ளி செவ்வாய் கிழமைகள் தவிர ஆடு, கோழி இறைச்சி, கருவாடு, மீன், சமைத்து உண்கின்றனர். உளுந்தஞ் சோறு, உளுந்தங்கழி, வெந்தயக்கழி, கம்பங் கூழ், கேப்பங் கூழ், இளநீர், பதநீர், நுங்கு, கள் என உடல் ஆரோக்கியத்திற்கு உகந்த உணவுகளை உட்கொள்கின்றனர்.

பொருளாதார நிலை

விவசாயம் மக்களின் முதன்மைத் தொழில் ஆகும். கால்நடை வளர்ப்பு, பால் உற்பத்தி, பீடிசுற்றுத்தல் ஆகியன இதரத் தொழில்கள் ஆகும். விவசாய நிலங்களில் நன்செய் புன்செய் பயிர்கள் பயிரிடப்படுகின்றன. பருவ மழை காலத்தில் நெல், பணப்பயிர்களான பருத்தி, சோளம், கம்பு, கேழ்வரகு ஆகியன பயிரிடப்படுகின்றன. விளைந்த பொருட்களை வெளி இடங்களுக்குக் கொண்டு சென்று விற்பனை செய்கின்றனர். ஒரு சிலர் உள்ளூரில் இருக்கும் மொத்த வியாபாரிகளிடமும் விற்பனை செய்வதுண்டு. விதை தானியங்களைப் பாதுகாத்து வைக்கின்றனர். இவர்கள் பழைய முறையில் இருந்து மாறுபட்டு நவீன யுக்தி முறைகளைக் கையாளுகின்றனர். காய்கறிகள் மற்றும் வீரிய விதை வித்துகளைப் பயிர் செய்கின்றனர். பருவ மழை பொய்த்ததின் காரணமாக விவசாயத்தை நம்பி வாழ்க்கையை நகர்த்த முடியாத நிலையில் மக்கள் உள்ளனர். தேசிய ஊரக வேலைவாய்ப்புத் திட்டத்தின் கீழ் நூறு நாள் வேலைக்குப் பெண்கள் சென்றுவிடுவதால், விவசாயத்திற்குக் களை பறித்தல், நாற்று நடல் போன்ற சிறு சிறு வேலைகளுக்கு ஆட்கள் வருவது குறைந்துவிட்டது.

பால் தொழில்

கிராமத்தில் வாழ்கின்ற மக்களில் பெண்கள் வீட்டில் பால் மாடுகளை வளர்த்து வருகின்றனர். இந்த பால் மாடுகளை இவர்கள் கூட்டுறவு வங்கி மூலம் லோன் வாங்கி மாடு வாங்குகின்றனர். கூட்டுறவு வங்கி மூலம் அதிகமான ஏழை மக்கள் தவணை முறைக் கடன் பெற்று மாடுகளை வாங்குகின்றனர். மேலும் மாடுகளின் இனப்பெருக்கத்திற்கு ஊசி போடப்படுகிறது. கறவை மாடுகளை வைத்து பெரும்பாலான மக்கள் வாழ்க்கை நடத்துகின்றனர். இதன் மூலம் மக்களின் வாழ்க்கைத் தரம் உயருகிறது.

கூலி வேலை

ஊத்துமலையில் வாழ்கின்ற பெரும்பான்மையான மக்கள் விவசாய கூலியாக வேலை செய்கின்றனர். இவர்கள் பக்கத்து கிராமங்களுக்குச் சென்று வேலை செய்வது அல்ல. ஒரு நாள் விவசாய வேலைக்குப் பெண்களுக்குக் கூலி ரூ. 80 ஆகும். தேசிய ஊரக வேலை வாய்ப்பு மூலம் வேலை செய்வதால் விவசாய கூலி வேலைக்குச் ஆண்களுக்கு கூலி ரூ.150 வாங்குகின்றனர். கூலி வேலைக்குச் செல்கின்ற இவர்களுக்குப் பருவ காலங்களில் மாதம் முழுவதும் வேலை கிடைக்கிறது. கோடை காலங்களில் மாதத்திற்கு 15 நாட்களுக்குக் குறைவாக வேலை கிடைக்கிறது. இதன் மூலம் கிடைக்கின்ற வருவாயை வைத்து வாழ்க்கை நடத்துகின்றனர்.

பீடி சுற்றும் தொழில்

ஊத்துமலையில் உள்ள பெண்களில் 100 க்கும் மேற்பட்டவர்கள் பீடி சுற்றும் தொழில் புரிந்து வருகின்றனர். 20 வயது முதல் 25 வயது உள்ள பெண்களே அதிகமாக பீடி சுற்றும் தொழிலை செய்து வருகின்றனர். இதன் மூலம் இவர்கள் ஒரு நாளைக்கு ரூ.60 வருமானம் கிடைக்கிறது. வருமானம் அதிகரிப்பது அவர்களது திறமைகளைப் பொறுத்தது ஆகும். இவர்களுக்குத் தேவையான மூலப்பொருட்களைப் பீடி உரிமையாளர்கள் வாரத்திற்கு ஒருமுறை வழங்குகின்றனர். இதன் மூலம் பெண்கள் தங்களது சொந்த முயற்சியின் மூலம் உயருகின்றனர்.

பயன்பட்ட நூல்கள்:

1. கு.ராசையா, பாளைக்காரர் வரலாறு, மதுரை, 1973
2. தேவநேசன், தமிழக வரலாறு, மார்த்தாண்டம், 1990
3. வாள் 70, ஊற்றுமலை ஜமீன் வெளியீடு, 2001
4. த.மருதுபாண்டியன்., ஊற்றுமலை ஜமீன் தமிழ் வளர்த்த பூமி, 2009
5. உ.வே.சா., நான் கண்டதும் கேட்டதும் (என் சரிதம்)
6. கே.வி.குணசேகரன். மாவீரர் மருதநாயகம் முகமது யூசுப்கான், பசும்பொன் பதிப்பகம், 1997
7. ந.ராசையா., மாமன்னன் பூலித் தேவன், காவ்யா வெளியீடு, சென்னை, 2012
8. அ.பாண்டுரங்கன்., சங்க இலக்கியம் (சமயம், வழிபாடு, அரசு, சமூகம்) நியூ செஞ்சுரி புக் ஹவுஸ் (பி) லிட். சென்னை. 2016
9. எஸ்.எம்.கமால்., சீர்மிகு சிவகங்கைச் சீமை சின்ன மறவர் சீமை காவ்யா வெளியீடு, சென்னை, 2011
10. திருக்குறள் இரா.நடராஜன், செந்தமிழ் நாட்டு செம்மை மறவர்கள், திருநெல்வேலி, 1991
11. ம.இளங்கோவன், (தமிழில்) தமிழர் சமூக வாழ்வு, பாவை பப்ளிகேஷன்ஸ், சென்னை, 2916
12. மு.ஞானத்தாய், மறவர் கதைப் பாடல்கள், சென்னை, 2006
13. ஊராட்சி நிர்வாகம், தமிழக ஊராட்சி சட்டம், சென்னை, 1994 அரசு வெளியீடு.
14. ஊராட்சியின் வளர்ச்சிப் பணிகள், ஊராட்சி தகவல் சிற்றேடு
15. ந.சஞ்சீவி, கிருட்டினா சஞ்சீவி, திருநெல்வேலி சரித்திரம், சென்னை 2004